瑞蘭國際

瑞蘭國際

大家的泰國語 初階

會拼、會寫、會讀、會念，泰語入門超簡單！

李汝玉 著

大家的泰國語，讓您泰語輕鬆學

　　近年來想學習泰語的人數有增多的趨勢，從事泰語教學後，我曾好奇地問學生，為什麼想要學泰語？有人回答，學泰語是為了培養優勢、增加工作機會，還加上分析說，隨著2015年底，東協經濟共同體（AEC）正式成立，東南亞區域內東協同盟國家經濟成長，表現亮眼，而泰國因為地理位置的優勢，被稱為「東協的心臟」，現今許多台灣企業，也紛紛進軍泰國投資，相信學習泰語是有前途的決定。也有些學生說，學泰語是因為迷上了泰劇，想聽懂泰語、聽唱泰語歌，甚至追星去。還有些學生告訴我，因為愛上泰國的風土民情，常常到泰國各地旅遊，甚至考慮安排退休後到泰國居住。

　　我個人認為，想要學好泰語，可以先從了解語法開始，再學習拼讀單字。因為泰語是拼音語言，因此當記得拼音元素後，就可拼讀單字。除了聽、讀、並練習寫子音和母音字母，也要多開口說泰語，用學會的單字練習造句。而本書，就是採取這樣的教學順序，展現在您眼前。

《大家的泰國語　初階》本書專為初級泰語學習者設計，分為兩個單元，第一單元重點為基本語法，希望讀者學會泰語音節之拼音元素，包含44個子音、母音32音及5個聲調，並能夠自己拼讀單字，建議讀者也可以多練習寫泰文。第二單元為實用會話練習，讀者使用本書時，可以同時兩個單元一起並行學習，達到泰語聽、説、讀、寫全方位學習。

此外，因為在台灣缺乏使用泰語的環境，所以讀者可多聽泰語歌，看泰國劇或電影，增加練習的機會。一分耕耘、一分收穫，持之以恆的練習，相信不需多久時間，您會看得到效果的。無論您學習泰語的動機為何，祝福勤奮的您，都可以收穫滿滿。

李汝玉

如何使用本書

《大家的泰國語　初階》是針對初學者設計的泰語學習書。全書分為兩部分，第一部分為泰語基礎發音，第二部分為生活相關的基礎單字、對話。兩個部分可以同時並進學習。

讀者可以利用第一部分，來打好泰語的發音、拼字基礎，並在第二部分實際體會運用泰語的樂趣！

第一部分：拼音基礎全部掌握！

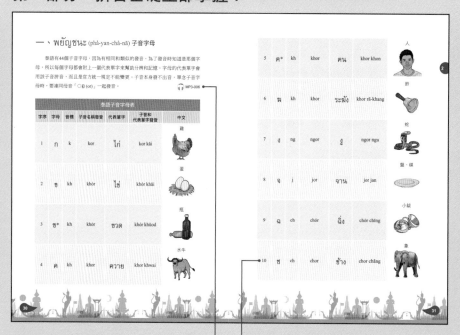

一、พยัญชนะ (phå-yan-chå-nã) 子音字母

泰語有44個子音字母，因為有相同和類似的發音，為了發音時知道是那個字母，所以每個字母都會附上一個代表單字來幫助分辨和記憶。字母的代表單字會用該子音拼音，而且是官方統一規定不能變更。子音本身發不出音，單念子音字母時，要連同母音「○อ (or)」一起發音。

MP3-006

泰語子音字母表

字序	字母	音標	子音名稱發音	代表單字	子音和代表單字發音	中文
1	ก	k	kor	ไก่	kor kãi	雞
2	ข	kh	khór	ไข่	khór khãi	蛋
3	ฃ*	kh	khór	ขวด	khór khŭod	瓶
4	ค	kh	khor	ควาย	khor khwai	水牛
5	ฅ*	kh	khor	คน	khor khon	人
6	ฆ	kh	khor	ระฆัง	khor rã-khang	鈴
7	ง	ng	ngor	งู	ngor ngu	蛇
8	จ	j	jor	จาน	jor jan	盤、碟
9	ฉ	ch	chór	ฉิ่ง	chór chĩng	小鈸
10	ช	ch	chor	ช้าง	chor chãng	象

30　31

母語人士親錄MP3

全書泰語發音練習，作者皆親錄MP3音檔；第二部分的對話，更聘請泰語母語人士一起錄製，力求讓讀者接觸最標準的泰語！

44個子音速記

集中整理泰語最重要的44個子音，搭配泰語裡規定的例字及插圖，記憶、背誦子音不煩悶！

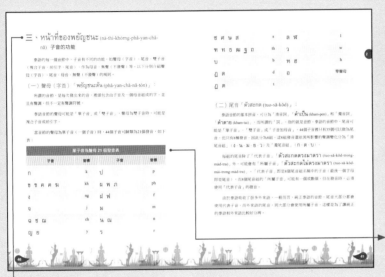

拼音規則清楚解說

清楚解說每個拼音規則、字母功能，對語法規則有基礎的認識後，就能讓發音練習更得心應手、學習融會貫通。

表格整理最清晰

為了讓讀者輕鬆學習泰語的發音規則，本書使用了大量清晰的表格，將看似複雜的泰語，一一拆解成容易理解的內容。

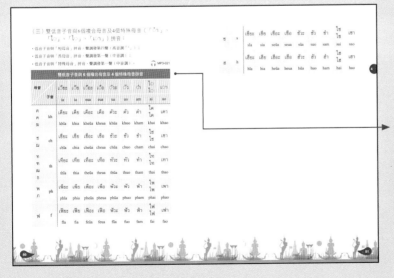

發音規則一網打盡不漏接

子音、母音、尾音、聲調的全部拼音組合，本書一次全部交給你！學習完後不再擔心遇到不會念的字！

（四）單字、詞組、句子讀一讀：

MP3-048

單字	音標	中文
ข้างใน	khàng-nai	裡面
ไก่ขัน	kāi-khán	雞啼
ขับขี่	khāb-khī	駕駛
ฝักถั่ว	fāg-thūo	豆莢
เนื้อสับ	neūa-sāb	肉末
ห้ามเข้า	hàm-khào	禁止進入
งาขาว	nga-kháo	白芝麻
กินข้าว	kin-khào	吃飯
เป็นสิว	pen-siw	長痘痘
ดาวหาง	dao-háng	彗星
ฉีดยา	chīd-ya	打針
ถุงเท้า	thúng-thāo	襪子
ขายถูก	khái-thūg	便宜賣
ผิวดี	phiw-di	皮膚好
ฝันดี	fān-di	好夢
ฝากของ	fāg-khórng	寄放東西
ถูกผิด	thūg-phīd	對錯
ของฝาก	khórng-fāg	伴手禮
ฝึกหัด	fēug-hād	練習、實習
พี่สาว	phi-sáo	姊姊
ฝูงแกะ	fūng-kāe	綿羊群
สาวจีน	sáo-jin	中國女孩
สามล้อ	sám-lōr	三輪
นิสัย	nī-sái	脾氣
ไม้สัก	māi-sāg	柚木
อีสาน	i-sán	伊森，泰國東北部的統稱
สิงโต	síng-to	獅子
สินค้า	sín-khā	貨品、產品
สีเขียว	sí-khiao	綠色
หาดใหญ่	hād-yāi	合艾（位於泰國南部的城市）
แม่สาย	māe-sái	美塞（泰國最北邊與緬甸邊境連接的城市）

144 145

豐富例字、句子

熟練發音規則後，還覺得練習不夠嗎？除了發音規則內的發音練習外，本書還有豐富的單字、詞組、句子可以練習發音！

練習單六：拼讀練習

MP3-057

請拼讀並寫出「單字／詞組／句子」音節發音（聲調）的音調（拉丁符號）。

單字／詞組／句子	音調（拉丁）符號	中文
例：อาสา	⎯ ˊ	自願
例：วิธี	ˇ ⎯	方法、方式
หมูย่าง		碳烤豬
สะอาด		乾淨
ตากผ้า		曬衣服
คูปอง		禮券
หมาเห่า		狗叫
ญี่ปุ่น		日本
อาเจียน		嘔吐
ตอนเช้า		早上
กันแดด		防曬
น้ำร้อน		熱水
ทันที		立刻、立即
รักตัวเอง		愛自己
ยางพารา		橡膠
นักออกแบบ		設計師
จองห้องพัก		訂房
ข้าวผัดทะเล		海鮮炒飯
แม่รักลูกมาก		媽媽很愛孩子。
น้ำขึ้นให้รีบตัก		水升趕快舀。（成語：機不可失）
เขาฝึกพูดภาษาจีน		他學習說華語。
ฉันจะไปเมืองไทยห้าวัน		我要去泰國五天。
จองโรงแรมหรือยัง		飯店訂了嗎？

166 167

練習題測驗實力

跟著MP3音檔做發音練習外，單元最後也提供了練習題來測驗你的泰語聽力與對泰語的了解！

第二部分：基礎生活泰語好簡單！

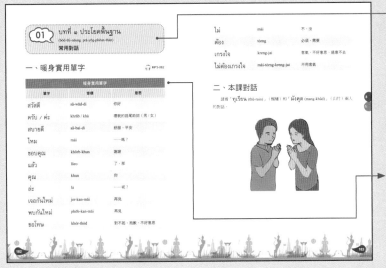

01 บทที่ ๑ ประโยคพื้นฐาน
(bòd-thi-nèung prà-yōg-phéun-thān)
常用對話

一、暖身實用單字 MP3-062

暖身實用單字

單字	音標	意思
สวัสดี	sà-wàd-di	你好
ครับ / ค่ะ	khrāb / khà	禮貌的語尾助詞（男 / 女）
สบายดี	sà-bai-di	舒服、平安
ไหม	mǎi	……嗎？
ขอบคุณ	khòrb-khun	謝謝
แล้ว	lǎeo	了、那
คุณ	khun	你
ล่ะ	là	……呢？
เจอกันใหม่	jer-kan-mài	再見
พบกันใหม่	phōb-kan-mài	再見
ขอโทษ	khòr-thòd	對不起、抱歉、不好意思

ไม่	mài	不、沒
ต้อง	tòrng	必須、需要
เกรงใจ	kreng-jai	客氣、不好意思、過意不去
ไม่ต้องเกรงใจ	mài-tòrng-kreng-jai	不用客氣

二、本課對話

請看「ทุเรียน (thū-rain)」（榴槤）和「มังคุด (mang-khūd)」（山竹）兩人的對話。

182 183

超實用生活主題

基礎泰語一定要學的：自我介紹、日常問候、喜好、買東西、邀約、吃東西、就醫等主題，本書完全收錄！

預備暖身單字

在學習對話前，先看看有哪些暖身單字吧！讀完後就會發現，原本看起來很困難的對話，也變簡單了。

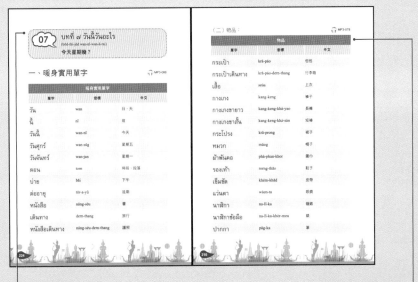

07 บทที่ ๗ วันนี้วันอะไร
(bòd-thi-jèd wan-nī-wan-à-rai)
今天星期幾？

一、暖身實用單字 MP3-086

暖身實用單字

單字	音標	中文
วัน	wan	日、天
นี้	nī	這
วันนี้	wan-nī	今天
วันศุกร์	wan-sùg	星期五
วันจันทร์	wan-jan	星期一
ตอน	torn	時段、段落
บ่าย	bài	下午
ต่ออายุ	tòr-a-yū	延期
หนังสือ	náng-séu	書
เดินทาง	dern-thang	旅行
หนังสือเดินทาง	náng-séu-dern-thang	護照

224

（二）物品： MP3-078

物品

單字	音標	中文
กระเป๋า	krà-páo	包包
กระเป๋าเดินทาง	krà-páo-dern-thang	行李箱
เสื้อ	seûa	上衣
กางเกง	kang-keng	褲子
กางเกงขายาว	kang-keng-khá-yao	長褲
กางเกงขาสั้น	kang-keng-khá-sàn	短褲
กระโปรง	krà-prong	裙子
หมวก	mùog	帽子
ผ้าพันคอ	phâ-phan-khor	圍巾
รองเท้า	rorng-thâo	鞋子
เข็มขัด	khém-khād	皮帶
แว่นตา	wâen-ta	眼鏡
นาฬิกา	na-lī-ka	鐘錶
นาฬิกาข้อมือ	na-lī-ka-khòr-meu	錶
ปากกา	pāg-ka	筆

210

實用生活對話

快來看張大偉和帕妮達的對話故事，從相識、要聯絡方式、邀約，用泰語交朋友讀這些對話就夠！

好用延伸單字

有些對話之後，提供了與主題相關的延伸單字，泰語詞彙更加擴充之外，還可以試著用延伸單字自我練習對話喔！

目次

หน่วยที่ ๑ หลักภาษา
第一單元：語法

ภาคผนวก
附錄

บทนำ

bǒd-nam

前言

語言的結構包含語音、詞彙、句子及語意。學習語言程序應為聽、說、讀、寫循序漸進，從熟悉基本字母的發音與描寫字型，進而累積詞彙，接續學習文法再加以練習運用至融會貫通、運用自如。

本書專為初級泰語學習者設計，分為兩個單元，第一單元重點為基本語法，希望讀者學會泰語音節之拼音元素，並能夠自己拼讀單字，學習內容包含音節拼音元素的44個子音字母、母音32音及聲調，第二單元為實用會話練習，讀者使用本書時，可以同時兩個單元一起並行學習。

為了牢記泰文的子音字母，第一單元的每一章節，在開始學習之前，請讀者運用MP3，先聽完泰語子音字母表的子音及代表單字的發音與母音發音，再繼續學習該章節之內容。

泰語結構特徵

泰文屬於拼音文字，是泰國用於泰語書寫的字母，有44個子音字母（44個子音）、21個母音符號（32個母音）、4個聲調符號（5個聲調）和一些標點符號。泰文字母是從左至右書寫，不分大寫和小寫，文字與文字之間沒有逗點或句點，而是用空格來區分，若分隔的地方不對，會造成不同的意思或使意思模糊不清。

泰語吸收很多的外來語，如高棉語、梵語、漢語、巴利語等的詞彙。純正泰語的基本詞彙為「單音節」或兩個單音節詞結合的「合成詞」（複合詞）居多，而且語義一聽就懂。多音節的詞彙大多為泰語與外來語如巴利語、梵語、高棉語等合成或混成的詞彙；或是巴利語、梵語之間合成或混成的詞彙；或直接借用外來語如英語、華語、馬來語等。

泰語為獨立詞型的語言，沒有時態、性別與數量的變化，主要以改變語序、增減詞素等，來表達不同的含義。泰語是聲調語言，不同聲調表達詞彙的高低音調及不同的意思。泰語的基本語序為「主詞-動詞-受詞（SVO）」，一般而言，修

飾語會放在被修飾語的後面。泰語用語文化與所處環境的人、事、物有關聯，一般分為普通用語（口語）、正式用語（書面）及皇室用語（高雅或禮貌用語）。

泰語結構分析

泰語是多音節的語言，每次發出來的音稱為音節，可以有或無意思。有意思的音節就是詞，所以一個詞可能為單音節、雙音節或多音節。音節由子音及一個母音組成，並有聲調，但不一定有聲調符號。在泰語中，一個音節可能是下列元素所組成（不一定全部出現）：

聲調符號

母音

母音　　子音（前引字）　　子音（聲母）　　母音　　子音（尾音）

母音

例如：

註：

1. 保留中文部分時，表示那音節沒有該元素。

2. 深色底部分為母音。

เหมือน (meúan)

聲調符號

ื

เ ห ม อ น

母音

เดี๋ยว (diáw)

๋

ี

เ 前引字 ด ย ว

母音

กลุ่ม (klŭm)

่

母音

母音 前引字 กล 母音 ม

ุ

→從以上結構可以觀察到，一個音節主要拼音元素有子音、一個母音和聲調，但不一定有聲調符號。

→44個子音可扮演聲母（字首）、前引字及尾音。聲母和尾音也可能會出現雙子音。子音為聲母時，配合聲調發音變化，可分為3組：「高音子音」、「中音子音」、「低音子音」，低音子音又分為「雙低音子音」（有相對應類似音的高音子音）及「單低音子音」（無相對應類似音的高音子音）。

→母音可出現在子音（聲母）的上、下、左、右，若子音是雙子音，上、下方的母音要寫在第二個子音字母上、下方偏右（如：กลุ่ม）。

→聲調有4個符號「◌่」、「◌้」、「◌๊」、「◌๋」，寫在子音（聲母）或子音上方的母音符號右上方（如：เดี๋ยว）。若子音（聲母）是雙子音，聲調符號要寫在第二個子音或子音上方的母音符號右上方。

หน่วยที่ ๑ หลักภาษา

nŭoi-thì-nĕung lăg-pha-sá

第一單元：語法

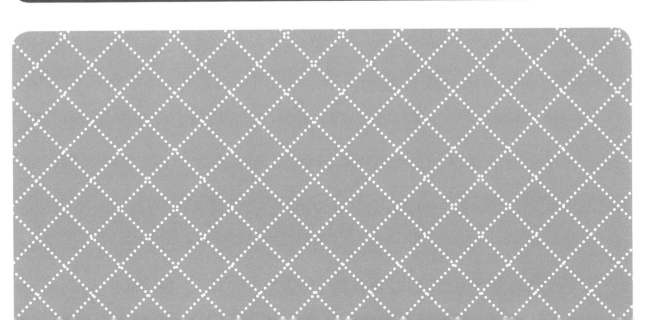

第 1 章

ตอนที่ ๑ ตัวเลขไทย จำนวนตัวเลข เงินบาทไทย

torn-thì-nĕung tuo-lèg-thai jam-nuon-tuo-lèg ngern-băht-thai

泰文數字、數字單位、泰國貨幣

一、ตัวเลขไทย (tuo-lèg-thai) 泰文數字

MP3-001

泰文數字 0-10			
泰文數字	泰文大寫	音標	阿拉伯數字
๐	ศูนย์	sún	0
๑	หนึ่ง	něung	1
๒	สอง	sórng	2
๓	สาม	sám	3
๔	สี่	sǐ	4
๕	ห้า	hà	5
๖	หก	hǒg	6
๗	เจ็ด	jěd	7
๘	แปด	pǎed	8
๙	เก้า	kào	9
๑๐	สิบ	sǐb	10

→注意：有些特殊發音規則，要特別注意。例如：當數字為十位數以上，而個位數為1時（11、21……），1發「เอ็ด (ĕd)」，而2為十位數時（20、121……），2發「ยี่ (yì)」。

MP3-002

1、2的特殊發音規則			
泰文數字	大寫	音標	阿拉伯數字
๑๑	สิบเอ็ด	sĭb-ĕd	11
๒๐	ยี่สิบ	yì-sĭb	20
๒๑	ยี่สิบเอ็ด	yì-sĭb-ĕd	21
๓๑	สามสิบเอ็ด	sám-sĭb-ĕd	31
๔๑	สี่สิบเอ็ด	sĭ-sĭb-ĕd	41
๕๑	ห้าสิบเอ็ด	hà-sĭb-ĕd	51
๖๑	หกสิบเอ็ด	hŏg-sĭb-ĕd	61
๗๑	เจ็ดสิบเอ็ด	jĕd-sĭb-ĕd	71
๘๑	แปดสิบเอ็ด	păed-sĭb-ĕd	81
๙๑	เก้าสิบเอ็ด	kào-sĭb-ĕd	91
๑๐๑	หนึ่งร้อยเอ็ด	nĕung-rõi-ĕd	101
๑๑๑	หนึ่งร้อยสิบเอ็ด	nĕung-rõi-sĭb-ĕd	111
๑๒๑	หนึ่งร้อยยี่สิบเอ็ด	nĕung-rõi-yì-sĭb-ĕd	121

二、จำนวนตัวเลข (jam-nuon-tuo-lèg) 數字單位

 MP3-003

數字單位				
順序	泰文數字單位		音標	中文
	泰文標示	大寫		
0	๐	หน่วย	nǔoi	個
1	๑๐	สิบ	sǐb	拾
2	๑๐๐	ร้อย	rõi	佰
3	๑,๐๐๐	พัน	phan	仟
4	๑๐,๐๐๐	หมื่น	měun	萬
5	๑๐๐,๐๐๐	แสน	sáen	拾萬
6	๑,๐๐๐,๐๐๐	ล้าน	lãn	佰萬
7	๑๐,๐๐๐,๐๐๐	สิบล้าน	sǐb-lãn	仟萬
8	๑๐๐,๐๐๐,๐๐๐	ร้อยล้าน	rõi-lãn	億
9	๑,๐๐๐,๐๐๐,๐๐๐	พันล้าน	phan-lãn	拾億
10	๑๐,๐๐๐,๐๐๐,๐๐๐	หมื่นล้าน	měun-lãn	百億
11	๑๐๐,๐๐๐,๐๐๐,๐๐๐	แสนล้าน	sáen-lãn	千億
12	๑,๐๐๐,๐๐๐,๐๐๐,๐๐๐	ล้านล้าน	lãn-lãn	兆

→泰文數字單位最高為百萬，當看到一串數字時，簡單讀法是先找到每個百萬位的數字，再往前加和往後數：

MP3-004

泰文數數		
泰文數字	音標	阿拉伯數字
๔,๗๓๑	sĭ-phan-jĕd-rõi-sám-sĭb-ĕd	4,731
๓๙,๒๑๑	sám-mĕun-kào-phan-sórng-rõi-sĭb-ĕd	39,211
๕๓๘,๖๒๒	hà-sáen-sám-mĕun-pĕad-phan-hŏg-rõi-yì-sĭb-sórng	538,622
๒,๔๓๖,๘๙๑	sórng-lãn-sĭ-sáen-sám-mĕun-hŏg-phan-păed-rõi-kào-sĭb-ĕd	2,436,891
๖๔,๙๓๒,๘๒๐	hŏg-sĭb-sĭ-lãn-kào-sáen-sám-mĕun-sórng-phan-păed-rõi-yì-sĭb	64,932,820
๘๒๑,๓๑๗,๔๐๑	păed-rõi-yì-sĭb-ĕd-lãn-sam-sáen-nĕung-mĕun-jĕd-phan-sĭ-rõi-ĕd	821,317,401
๗,๑๑๑,๓๙๖,๕๒๐	jĕd-phan-nĕung-rõi-sĭb-ĕd-lãn-sam-sáen-kào-mĕun-hòg-phan-hà-rõi-yì-sib	7,111,396,520
๒๐,๐๓๐,๑๘๙,๕๑๑	sórng-mĕun-sám-sĭb-lãn-nĕung-sáen-păed-mĕun-kào-phan-hà-rõi-sĭb-ĕd	20,030,189,511
๖๒๔,๒๐๑,๗๘๙,๔๕๑	hŏg-séan-sórng-mĕun-sĭ-phan-sórng-rõi-ĕd-lãn-jĕd-sáen-păed-mĕun-kào-phan-sĭ-rõi-hà-sĭb-ĕd	624,201,789,451
๑,๙๐๐,๕๑๖,๔๓๒,๘๑๕	nĕung-lãn-kào-séan-hà-rõi-sĭb-hŏg-lãn-sĭ-sáen-sám-mĕun-sórng-phan-păed-rõi-sĭb-hà	1,900,516,432,815

三、เงินบาทไทย (ngern-băht-thai) 泰國貨幣

MP3-005

泰國貨幣		
泰文	音標	中文
๒๕ สตางค์	yì-sĭb-hà-så-tang	25 分錢
๕๐ สตางค์	hà-sĭb-så-tang	50 分錢
๑บาท	nĕung-băht	1 泰銖
๕ บาท	hà-băht	5 泰銖
๑๐ บาท	sĭb-băht	10 泰銖
๒๐ บาท	yì-sĭb-băht	20 泰銖
๕๐ บาท	hà-sĭb-băht	50 泰銖
๑๐๐ บาท	nĕung-rõi-băht	100 泰銖
๕๐๐ บาท	hà-rõi-băht	500 泰銖
๑๐๐๐ บาท	nĕung-phan-băht	1000 泰銖

→泰國貨幣稱為泰銖，泰語為「บาท (băht)」（符號：฿，國際碼：THB）。

→1泰銖等於100分錢（分錢：สตางค์ (så-tang)）。「บาท (băht)」也是泰國珠寶業界度量黃金的單位，1 băht相當於15.244克。

→泰國貨幣發行種類分為硬幣和紙鈔兩種，硬幣又分為25、50分錢，以及1、2、5、10銖；紙幣則分為20、50、100、500、1000銖。

→泰語口語上也會稱25分錢「๒๕ สตางค์ (yì-sǐb-hà-så-tang)」為1撒郎「๑ สลึง (něung-så-léung) 」，1銖等於4撒郎。

→一般寫數字時，小數點後為分錢，例如：「๒๑.๗๕ บาท (yì-sǐb-ěd-baht-jěd-sǐb-hà-så-tang)」為21銖75分錢。

→泰語「เงิน (ngern)」是錢或銀的意思，有時也會用「สตางค์ (så-tang)」來稱錢。

泰文數字	發音並練寫
๐	◯ ◯ ◯ ◯ ◯ ◯ ◯ ◯ ◯ ◯
๑	๑ ๑ ๑ ๑ ๑ ๑ ๑ ๑ ๑ ๑
๒	๒ ๒ ๒ ๒ ๒ ๒ ๒ ๒ ๒ ๒
๓	๓ ๓ ๓ ๓ ๓ ๓ ๓ ๓ ๓ ๓
๔	๔ ๔ ๔ ๔ ๔ ๔ ๔ ๔ ๔ ๔
๕	๕ ๕ ๕ ๕ ๕ ๕ ๕ ๕ ๕ ๕
๖	๖ ๖ ๖ ๖ ๖ ๖ ๖ ๖ ๖ ๖
๗	๗ ๗ ๗ ๗ ๗ ๗ ๗ ๗ ๗ ๗
๘	๘ ๘ ๘ ๘ ๘ ๘ ๘ ๘ ๘ ๘
๙	๙ ๙ ๙ ๙ ๙ ๙ ๙ ๙ ๙ ๙

第2章

ตอนที่ ๒ พยัญชนะไทย

tórn-thì-sórng phå-yan-chå-nã-thai

泰語的子音

一、พยัญชนะ (phå-yan-chå-nã) 子音字母

泰語有44個子音字母，因為有相同和類似的發音，為了發音時知道是那個字母，所以每個字母都會附上一個代表單字來幫助分辨和記憶。字母的代表單字會用該子音拼音，而且是官方統一規定不能變更。子音本身發不出音，單念子音字母時，要連同母音「◌อ (or)」一起發音。

MP3-006

泰語子音字母表						
字序	字母	音標	子音名稱發音	代表單字	子音和代表單字發音	中文
1	ก	k	kor	ไก่	kor kǎi	雞
2	ข	kh	khór	ไข่	khór khǎi	蛋
3	ฃ*	kh	khór	ฃวด	khór khǔod	瓶
4	ค	kh	khor	ควาย	khor khwai	水牛

5	ฅ*	kh	khor	ฅน	khor khon	人
6	ฆ	kh	khor	ระฆัง	khor rã-khang	鈴
7	ง	ng	ngor	งู	ngor ngu	蛇
8	จ	j	jor	จาน	jor jan	盤、碟
9	ฉ	ch	chór	ฉิ่ง	chór chĭng	小鈸
10	ช	ch	chor	ช้าง	chor chãng	象

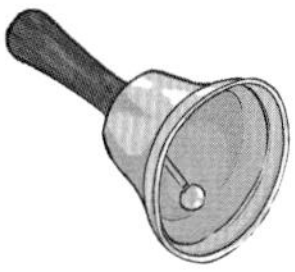

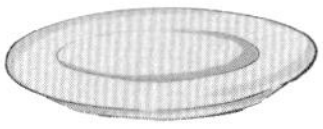

11	ซ	s	sor	โซ่	sor sò	鎖鍊
12	ฌ	ch	chor	เฌอ	chor cher	大樹
13	ญ	y	yor	หญิง	yor yíng	女性
14	ฎ	d	dor	ชฎา	dor chå-da	舞冠
15	ฏ	t	tor	ปฏัก	tor på-tăg	刺棍
16	ฐ	th	thór	ฐาน	thór thán	壇、塔座

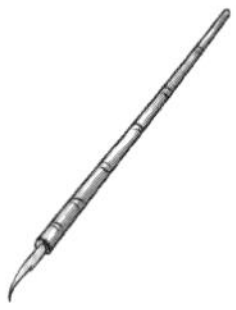

| 17 | ฑ | th | thor | มณโฑ | thor mon-tho |

曼佗女
（夜叉之妻）

| 18 | ฒ | th | thor | ผู้เฒ่า | thor phù-thào |

老人

| 19 | ณ | n | nor | เณร | nor nen |

沙彌

| 20 | ด | d | dor | เด็ก | dor děg |

孩童

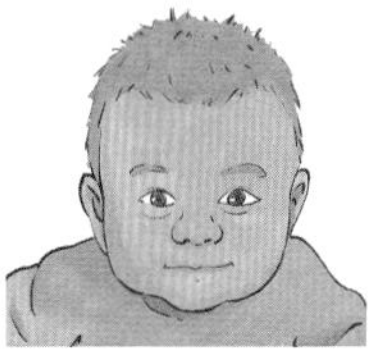

| 21 | ต | t | tor | เต่า | tor tǎo |

烏龜

| 22 | ถ | th | thór | ถุง | thór thúng |

袋子

23	ท	th	thor	ทหาร	thor thå-hán	軍人
24	ธ	th	thor	ธง	thor thong	旗
25	น	n	nor	หนู	nor nú	鼠
26	บ	b	bor	ใบไม้	bor bai-mãi	樹葉
27	ป	p	por	ปลา	por pla	魚
28	ผ	ph	phór	ผึ้ง	phór phèung	蜜蜂

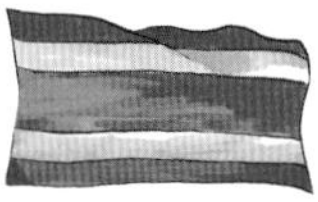

2

29	ฝ	f	fór	ฝา	fór fá	蓋子、牆壁
30	พ	ph	phor	พาน	phor phan	高腳盤
31	ฟ	f	for	ฟัน	for fan	牙齒
32	ภ	ph	phor	สำเภา	phor sám-phao	帆船
33	ม	m	mor	ม้า	mor mã	馬
34	ย	y	yor	ยักษ์	yor yãg	夜叉

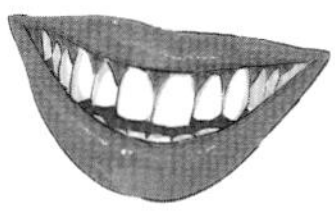

35	ร	r	ror	เรือ	ror reua

船

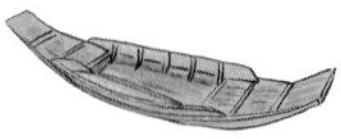

36	ล	l	lor	ลิง	lor ling

猴子

37	ว	w	wor	แหวน	wor wáen

戒指

38	ศ	s	sór	ศาลา	sór sá-la

涼亭

39	ษ	s	sór	ฤาษี	sór reu-sí

隱修士

40	ส	s	sór	เสือ	sór séua

虎

箱子

| 41 | ห | h | hór | หีบ | hór hĭb  |

五角風箏

| 42 | ฬ | l | lor | จุฬา | lor jŭ-la  |

盆子

| 43 | อ | Ø | or | อ่าง | or ăng  |

貓頭鷹

| 44 | ฮ | h | hor | นกฮูก | hor nõg-hùg  |

註：

1. 「＊」處的「ฃ」、「ฅ」這兩個子音字母現已被刪除，不再使用。

2. 音標有英文字母 h 如 th、ch 等，為送音氣（發音時用力把氣送出）。

3. 第 1 個子音字母「ก (kor)」發音類似注音「ㄍ」的音。

4. 第 7 個子音字母「ง (ngor)」為鼻音。

5. 第 27 個子音字母「ป (por)」發音類似注音「ㄅ」的音。

6. 第 30 和 32 個子音字母「พ (phor)」、「ภ (phor)」是送氣音，發音類似注音「ㄆ」的音。

7. 第 35 個子音字母「ร (ror)」為彈舌音。

8. 第 43 個子音字母「อ (or)」代表「零（空）聲母」跟結合母音發音。（因為念母音時都是「อ (or)的音」，當「อ (or)」是聲母時，因本身沒有音，就稱為「零（空）聲母」。）

二、ไตรยางศ์ (trai-yang) 子音音域組

　　泰語的聲調變化頗為複雜，為了使學習更容易，當子音為聲母（字首）時，可以將44個子音按照基本調（發出無聲調符號的音，不一定是聲調的第一聲）的音域分為3組來學習，如下：

* 中音子音有9個：ก、จ、ด、ต、ฎ、ฏ、บ、ป、อ
* 高音子音有11個：ข、ฃ、ฉ、ฐ、ถ、ผ、ฝ、ศ、ษ、ส、ห
* 低音子音有24個：ค、ฅ、ฆ、ง、ช、ซ、ฌ、ญ、ฑ、ฒ、ณ、ท、ธ、น、พ、ฟ、ภ、ม、ย、ร、ล、ว、ฬ、ฮ

（一）子音音域組的低音子音還分為兩組：

1. 雙低音子音組「อักษรคู่ (ǎk-sórn-khù)」：

　　為有類似發音的高音子音可配對的低音子音組。

　　共有14個：ค、ฅ、ฆ、ช、ซ、ฌ、ฑ、ฒ、ท、ธ、พ、ภ、ฟ、ฮ

　　這些低音子音和高音子音有類似的發音，依照發音可分為7組如下表：

低音子音與高音子音類似音對照表		
低音子音	**音標**	**高音子音**
ค ฅ ฆ	kh	ข ฃ
ช ฌ	ch	ฉ
ฑ ฒ ท ธ	th	ฐ ถ
พ ภ	ph	ผ
ฟ	f	ฝ
ซ	s	ศ ษ ส
ฮ	h	ห

2. 單低音子音組「อักษรเดี่ยว (ǎk-sórn-dǐao)」：

為無類似發音的高音子音可配對的低音子音組。

共有10個：ง、ณ、น、ม、ย、ญ、ร、ล、ฬ、ว

（二）44個子音為聲母時分3組，可按照同音、同組的方法來區分，幫助記憶。如下表：

子音音域表

子音組別	子音	發音	子音	發音	子音	發音	子音	發音	子音	發音	子音	發音	子音	發音
中音	ก	kor	จ	jor	ด ฎ	dor	ต ฏ	tor	บ	bor	ป	por	อ	or
高音	ข ฃ	khór	ฉ	chór	ถ ฐ	thór	ผ	phór	ฝ	fór	ส ศ ษ	sór	ห	hór
雙低音	ค ฅ ฆ	khor	ช ฌ	chor	ท ฑ ฒ ธ	thor	พ ภ	phor	ฟ	for	ซ	sor	ฮ	hor
單低音	ง	ngor	น ณ	nor	ม	mor	ย ญ	yor	ร	ror	ล ฬ	lor	ว	wor

註：上表可發現，子音為聲母時，以同音區分同組，每組的子音都分為 7 個音。

三、หน้าที่ของพยัญชนะ (nà-thì-khórng-phå-yan-chå-nã) 子音的功能

泰語的每一個音節中，子音有不同的功能，如聲母（字首）、尾音、雙子音（複合子音、前引字、尾音）、作為母音、無聲（不發聲）等。以下分別介紹聲母（字首）、尾音、母音、無聲（不發聲）的規則。

（一）聲母（字首）「พยัญชนะต้น (phå-yan-chå-nã-tòn)」：

所謂的音節，是每次發出來的音，裡頭包含由子音及一個母音組成的字，並且有聲調，但不一定有聲調符號。

泰語音節的聲母可能是「單子音」或「雙子音」，聲母為雙子音時，可能是複合子音或前引字。

當音節的聲母為單子音（一個子音）時，44個子音可歸類為21個發音，如下表：

單子音為聲母 21 個發音表			
子音	音標	子音	音標
ก	k	ป	p
ข ฃ ค ฅ ฆ	kh	ผ พ ภ	ph
ง	ng	ฝ ฟ	f
จ	j	ม	m
ฉ ช ฌ	ch	น ณ	n
ญ ย	y	ร	r

ซ ศ ษ ส	s	ล ฬ	l
ฑ ท ธ ฒ ฐ ถ	th	ว	w
บ	b	ห ฮ	h
ฎ ด	d	อ	零聲母
ฏ ต	t		

（二）尾音「ตัวสะกด (tuo-sǎ-kǒd)」：

　　泰語音節的基本拼音，可分為「清音詞」「**คำเป็น** (kham-pen)」和「濁音詞」「**คำตาย** (kham-tai)」，而所謂的「詞」，指的就是音節。泰語的音節中，尾音可能是「單子音」、「雙子音」或「子音加母音」。44個子音裡只有35個可以做為尾音，但只有8種發音，因此分為8組，這8組發音還依其所影響的聲調變化分為「清尾音組」（ง、น、ม、ย、ว）及「濁尾音組」（ก、ด、บ）。

　　每組的尾音除了「代表子音」「**ตัวสะกดตรงมาตรา** (tuo-sǎ-kǒd-trong-màd-tra)」外，可能會有「所屬子音」「**ตัวสะกดไม่ตรงมาตรา** (tuo-sǎ-kǒd-mài-trong-màd-tra)」。「代表子音」即是8個尾音組名稱中的子音（最後一個字母即是尾音），而8個尾音組的「所屬子音」可能有一個或數個，但在發音時，必須使用「代表子音」的發音。

　　由於泰語吸收了很多外來語，一般而言，純正泰語的音節，尾音大部分都會使用代表子音，而外來語的尾音，則大部分會使用所屬子音，這樣是為了讓純正的泰語和外來語比較好分辨。

MP3-007

子音為尾音 8 組發音表				
尾音組	代表子音	泰語名稱	所屬子音	音標
清尾音	ง	แม่กง màe-kong	ง	ng
	น	แม่กน màe-kon	ญ น ณ ร ล ฬ รุ	n
	ม	แม่กม màe-kom	ม มิ	m
	ย	แม่เกย màe-keri	ย	i
	ว	แม่เกอว màe-kerw	ว	o / w / y
濁尾音	ก	แม่กก màe-kǒg	ก ข ค ฆ กร คร	g
	ด	แม่กด màe-kǒd	ด ต จ ช ซ ฎ ฏ ฐ ฑ ฒ ถ ท ธ ศ ษ ส ติ ตุ ธิ ฒิ ชร ตร ทร ทธ รถ รท	d
	บ	แม่กบ màe-kǒb	บ ป พ ฟ ภ ปร	b

註：

1. 同組的所屬子音，拼讀時要用代表子音來拼音。
2. 清尾音組的代表子音和所屬子音都是單低音子音組。
3. 濁尾音組的代表子音都是中音子音組。

（三）母音「สระ (så-ră)」：

泰語有32個母音，母音字母是21個符號形成的，這些符號包含3個子音「อ」、「ย」、「ว」，另有「รร」（兩個子音「ร」讀ror-hán），也可扮演「母音」或「母音加尾音」，而當一個詞出現「รร」時有特殊的兩個讀音如下：

2

1. 子音加「รร」但沒有尾音時，「รร」發音為「母音◌ะ (a) + 尾音น (n)」。

   例如：สรร (sán)、บรร (ban)、กรร (kan)等。

2. 子音加「รร」有尾音，「รร」發音為「母音◌ะ (a)」。

   例如：ธรรม (tham)、กรรม (kam)、พรรค (phãg)等。

   注意：如果子音後方只有一個「ร」，發音為「母音◌อ (or) + 尾音 (n)」。
   例如：กร (korn)、ษร (sórn)、คร (khorn)等。

（四）無聲（不發聲）「ตัวการันต์ (tuo-ka-ran)」：

當子音上方出現特殊符號「◌์」「ไม้ทัณฑฆาต (mãi-than-thǎ-màd)」時，此子音稱為「**ตัวการันต์** (tuo-ka-ran)」，也就是說，當某子音不發音時，就會加「◌์」標示，表示該子音是無聲的。

「◌์」可能出現在音節後方不需要發音的子音上方，例如：「**เจดีย์** (je-di)」、「**เคราะห์** (khrõr)」，或在尾音前方不需要發音的子音上方，例如：「**ชอล์ก** (chõrg)」、「**ฟิล์ม** (fim)」，或放在一個音節最後面不需要發音的「子音加母音」上方，例如：「**โพธิ์**(pho)」、「**ศักดิ์**(sǎk)」等。

練習單二：請按照音域組選填正確的子音。

ก ข ฃ ค ฅ ฆ ง จ

ฉ ช ซ ฌ ญ ฎ ฏ ฐ

ฑ ฒ ณ ด ต ถ ท ธ

น บ ป ผ ฝ พ ฟ ภ

ม ย ร ล ว ศ ษ ส

ห ฬ อ ฮ

| 中音子音 9 個 |
| 高音子音 11 個 |
| 雙低音子音 14 個 |
| 單低音子音 10 個 |

泰國人打招呼

泰國人很重視禮貌，碰面打招呼時，除了會說「สวัสดี (så-wǎd-di)」還會配合雙手合十行禮。泰國人合掌問候的方式在泰語稱為「ไหว้ (wài)」，面對不同的人或事，合掌擺放的位置會不同。同輩問好時，合掌在胸前指尖不高過下巴；對長輩問候時，須低頭指尖輕觸鼻尖；對尊貴或德高望重的人，要把雙掌抬高至額頭表示尊敬；遇到僧侶或佛像，都會下跪合掌，並以額頭觸地膜拜。泰國人合掌問候時，一般都會以合掌回禮，但長輩可免，用點頭或微笑作為回應即可。

除了打招呼說「สวัสดี (så-wǎd-di)」，同時會雙手合十行禮之外，在表達道謝「ขอบคุณ (khórb-khun)」、或說對不起「ขอโทษ (khó-thòd)」時，也會做這個動作。

第3章

ตอนที่ ๓ สระและวรรณยุกต์ไทย

torn-thì-sám så-rǎ-lãe-wan-nå-yũg-thai

泰語的母音及聲調

一、สระ (så-ră) 母音

泰語的母音有32個音，由21個符號組成，分成短母音和長母音，基本上可分為3類：

（一）單母音或實母音「สระเดี่ยวหรือสระแท้ (så-ră-dĭao-réu-så-ră-thãe)」：只有一個基本音，有18個母音，分為短母音和長母音9組。

（二）複合母音「สระประสม (så-ră-pră-sóm)」：兩個單母音結合發音的母音，有6個，分為短母音和長母音3組。

（三）特殊母音「สระเกินหรือสระลอย (så-ră-kern-réu-så-ră-loi)」：有8個，是單母音與子音（尾音）拼音而成的母音，或梵文及巴利文的母音。

以下請見21個母音符號總表，及單母音、複合母音、特殊母音分類表。

泰文 21 個母音符號

No.	符號	泰文名稱	No.	符號	泰文名稱	No.	符號	泰文名稱
1	ะ	วิสรรชนีย์	8	〃	ฟันหนู	15	อ	ตัว ออ
2	◌ั	ไม้ผัด,ไม้หันอากาศ	9	◌ุ	ตีนเหยียด	16	ย	ตัว ยอ
3	◌็	ไม้ไต่คู้	10	◌ู	ตีนคู้	17	ว	ตัว วอ
4	า	ลากข้าง	11	เ	ไม้หน้า	18	ฤ	ตัว รึ
5	◌ิ	พินทุ์ อิ	12	ใ	ไม้ม้วน	19	ฤๅ	ตัว รือ
6	◌่	ฝนทอง	13	ไ	ไม้มลาย	20	ฦ	ตัว ลึ
7	◌ํ	นฤคหิต, หยาดน้ำค้าง	14	โ	ไม้โอ	21	ฦๅ	ตัว ลือ

註：母音符號裡有包含子音「อ」、「ย」、「ว」。

泰語基本母音表

組別	短母音		長母音	
18 個單母音或實母音				
	泰文	音標	泰文	音標
1	◌ะ, ◌ั*	a	◌า	a
2	◌ิ	i	◌ี	i
3	◌ึ	eu	◌ื	eu
4	◌ุ	u	◌ู	u
5	เ◌ะ, เ◌็ *	e	เ◌	e
6	แ◌ะ, แ◌็ *	ae	แ◌	ae
7	โ◌ะ, – – *	o	โ◌	o
8	เ◌าะ, ◌็อ*	or	◌อ	or
9	เ◌อะ	er	เ◌อ, เ◌ิ◌* เ◌*（尾音為 ย 時）	er

組別	短母音			長母音		
6 個複合母音						
	泰文	音標	單母音結合發音	泰文	音標	單母音結合發音
1	เ◌ียะ	ia	◌ิ+◌ะ	เ◌ีย	ia	◌ี+◌า
2	เ◌ือะ	eua	◌ึ+◌ะ	เ◌ือ	eua	◌ื+◌า
3	◌ัวะ	ua	◌ุ+◌ะ	◌ัว, ◌ว◌ *	uo	◌ู+◌า

8 個特殊母音					
短母音			長母音		
泰文	音標	發音	泰文	音標	發音
ำ	am	ะ+ม	--	--	--
ใ◌ 「ไม้ม้วน (mãi-muon)」	ai	ะ+ย	--	--	--
ไ◌ 「ไม้มลาย (mãi-må-lai)」	ai	ะ+ย	--	--	--
เ◌า	ao	ะ+ว	--	--	--
ฤ	reu	รึ	ฤๅ	reu	รือ
ฦ	leu	ลึ	ฦๅ	leu	ลือ

註：

1. 「◌」為子音的位置。

2. 母音發音時，會結合「อ(or)」發音。

3. 「＊」處表示當該母音有尾音時，有變化或簡化的現象。「◌ั」稱為「ไม้หันอากาศ (mãi-hán-a-kăd)」，
   「◌็」稱為「ไม้ไต่คู้ (mãi-tăi-khũ)」。

4. 「ฤ」、「ฤๅ」、「ฦ」、「ฦๅ」為梵文及巴利文的母音，可以獨立寫為一個音節或和子音拼寫，
   但要寫在子音的後方（「ฦ」、「ฦๅ」現已公告廢除）。

5. 母音可以出現在子音的上方（「◌ิ」、「◌ี」、「◌ึ」、「◌ื」）、下方（「◌ุ」、「◌ู」）、左（前）
   方（「เ◌」、「แ◌」、「โ◌」、「ใ◌」、「ไ◌」）及右（後）方（「◌ะ」、「◌า」、「◌ย」、
   「◌ว」、「◌อ」）。

二、วรรณยุกต์ (wan-nå-yũg) 聲調

泰語是聲調語言，用不同聲調表達詞彙的高低音調及不同的意思。泰語有5個聲調、4個聲調符號。要注意的是，不論有無聲調符號，泰語的每個音節都有聲調，而無聲調符號的音就是「基本調」「พื้นเสียง (pheũn-síang)」，但不一定是聲調第一聲。音節實際發出的聲調，也不一定與音節出現的聲調符號同聲（低音子音會有的現象）。

MP3-009

泰語聲調

聲調	聲調名稱	聲調符號	符號名稱	拉丁（音調）符號
第一聲（中音調）	สามัญ (sá-man)	無	--	--
第二聲（低音調）	เอก (ĕg)	◌่	ไม้เอก (mãi-ĕg)	ˇ
第三聲（降音調）	โท (tho)	◌้	ไม้โท (mãi-tho)	ˋ
第四聲（高音調）	ตรี (tri)	◌๊	ไม้ตรี (mãi-tri)	~
第五聲（升音調）	จัตวา (jăd-tå-wa)	◌๋	ไม้จัตวา (mãi-jăd-tå-wa)	ˊ

（一）可能影響到一個音節聲調的因素有：

1. 聲調符號。
2. 子音音域組（分為中音、高音及低音3組，詳細的說明請見第二章子音音域組部分）：
   （1）中音子音有9個：ก、จ、ด、ต、ฎ、ฏ、บ、ป、อ
   （2）高音子音有11個：ข、ฃ、ฉ、ฐ、ถ、ผ、ฝ、ศ、ษ、ส、ห
   （3）低音子音有24個：ค、ฅ、ฆ、ง、ช、ซ、ฌ、ญ、ฑ、ฒ、ณ、ท、ธ、น、พ、ฟ、ภ、ม、ย、ร、ล、ว、ฬ、ฮ

3. 清音詞、濁音詞，分辨條件為：

（1）清音詞：

- 音節的母音為長母音，且無尾音。
- 音節的母音可能是長母音或短母音，有清尾音組的尾音（ง、น、ม、ย、ว）。
- 音節的母音為「อำ」、「ใอ」、「ไอ」、「เอา」4個特殊母音。

（2）濁音詞：

- 音節的母音為短母音，且無尾音。
- 音節的母音可能是長母音或短母音，有濁尾音組的尾音（ก、ด、บ）。

註：清音詞和濁音詞指的「詞」，就是所謂的音節。

（二）聲調變化的規則：

1. 中音子音：

（1）中音子音清音詞：基本調為聲調第一聲（中音調），有完整的5個聲調變化。

（2）中音子音濁音詞：基本調為聲調第二聲（低音調「ˇ」），只有第二、三、四、五聲等4個聲調變化。

2. 高音子音：

（1）高音子音清音詞：基本調為聲調第五聲（升音調「ˊ」），只有第二、三、五聲等3個聲調變化。

（2）高音子音濁音詞：基本調為聲調第二聲（低音調「ˇ」），只有第二、三聲等2個聲調變化。

3. 低音子音：

（1）低音子音清音詞：基本調為聲調第一聲（中音調），只有第一、三（二聲符號）、四聲（三聲符號）等3個聲調變化。

（2）低音子音濁音詞依母音分為：

- 低音子音短母音濁音詞：基本調為聲調第四聲（高音調「˜」），只有第三（二聲符號）、四聲、五聲等3個聲調變化。
- 低音子音長母音濁音詞：基本調為聲調第三聲（降音調「ˋ」），只有第三、四聲（符號三聲）、五聲等3個聲調變化。

聲調變化的規則及範例

子音詞類	可變化聲調	基本調	第一聲	第二聲	第三聲	第四聲	第五聲
中音子音清音詞	5	第一聲	กา	ก่า	ก้า	ก๊า	ก๋า
中音子音濁音詞	4	第二聲		จะ	จ้ะ	จ๊ะ	จ๋ะ
高音子音清音詞	3	第五聲		ข่า	ข้า		ขา
高音子音濁音詞	2	第二聲		สาบ	ส้าบ		
低音子音清音詞	3	第一聲	คา		ค่า	ค้า	
低音子音短母音濁音詞	3	第四聲			ค่ะ	คะ	ค๋ะ
低音子音長母音濁音詞	3	第三聲			คาด	ค้าด	ค๋าด

註：

1. 特別色處代表基本調「พื้นเสียง (pheũn-síang)」是音節發出無聲調符號的音。
2. 如上表，可發現基本調不一定是聲調第一聲，當子音組別和子音詞類不同時，會有不同的基本調。
3. 唯有中音子音清音詞，有完整的 5 個聲調變化。
4. 低音子音會出現聲調與聲調符號不一致的現象（表中框字，符號二聲時發第三聲；符號三聲時發第四聲），但符號五聲依然發第五聲。

（三）清音詞如何有5個聲調變化：

聲調變化的規則裡，高音子音和低音子音的「清音詞」，原本各只有3個聲調變化，若要有完整的5個聲調變化，依照「雙低音子音」和「單低音子音」的不同，有2個方式：

1. 與高音子音配對：

「雙低音子音」和高音子音配對時，類似音組別的子音，可使其清音詞互補，完整5聲調的變化，如下表：

MP3-010

雙低音子音與高音子音互補，完整 5 個聲調變化						
子音（雙低-高）	例詞	第一聲	第二聲	第三聲	第四聲	第五聲
ค-ข (kh)	ค้า (khã)	คา (kha)	ข่า (khǎ)	ค่า(ข้า) (khà)	ค้า (khã)	ขา (khá)
ช-ฉ (ch)	ชิง (ching)	ชิง (ching)	ฉิ่ง (chǐng)	ชิ่ง(ฉิ้ง) (chìng)	ชิ้ง (chĩng)	ฉิง (chíng)
พ-ผ (ph)	ไพ่ (phài)	ไพ (phai)	ไผ่ (phǎi)	ไพ่(ไผ้) (phài)	ไพ้ (phãi)	ไผ (phái)
ฮ-ห (h)	ห่า (hǎ)	ฮา (ha)	ห่า (hǎ)	ห้า(ฮ่า) (hà)	ฮ้า (hã)	หา (há)

註：如表，雙低音跟高音兩組子音都可以發聲調第三聲。

2. 加上前引字「ห (hór)」：

無高音子音可配對的「單低音子音」有10個：ง、ณ、น、ม、ย、ญ、ร、ล、ฬ、ว。

如果要讓這些單低音子音的清音詞有完整的5個聲調變化，需在這些子音前方加前引字「ห (hór)」。前引字「ห」不發聲，是高音子音。低音子音加此前引字，視同高音子音，需按照高音子音聲調變化的規則。如下表：　MP3-011

單低音子音加前引字「ห」完整 5 個聲調變化

單低音子音	例詞	第一聲	第二聲	第三聲	第四聲	第五聲
น (n)	นา (na)	นา (na)	หน่า (nǎ)	น่า(หน้า) (nà)	น้า (nã)	หนา (ná)
ม (m)	ไม (mai)	ไม (mai)	ไหม่ (mǎi)	ไม่(ไหม้) (mài)	ไม้ (mãi)	ไหม (mái)
ย (y)	ยา (ya)	ยา (ya)	หย่า (yǎ)	ย่า(หย้า) (yà)	ย้า (yã)	หยา (yá)
ว (w)	วา (wa)	วา (wa)	หว่า (wǎ)	ว่า(หว้า) (wà)	ว้า (wã)	หวา (wá)

註：

1. 特別色部分表示前引字「ห」須依高音子音聲調規則變化。
2. 如表，單低音跟單低音加前引字「ห」兩組都可以發聲調第三聲。
3. 目前沒有使用「หณ」、「หฬ」為聲母。

最後，讓我們來練習5個聲調變化的發音。 MP3-012

泰語聲調變化發音練習

單字	聲調				
	一聲 無 --	二聲 ◌่ / ˇ	三聲 ◌้ / ˋ	四聲 ◌๊ / ˜	五聲 ◌๋ / ˊ
กา ka	กา ka	ก่า kǎ	ก้า kà	ก๊า kã	ก๋า ká
ดี di	ดี di	ดี่ dǐ	ดี้ dì	ดี๊ dĩ	ดี๋ dí
จู ju	จู ju	จู่ jǔ	จู้ jù	จู๊ jũ	จู๋ jú
กี ki	กี ki	กี่ kǐ	กี้ kì	กี๊ kĩ	กี๋ kí
แก kae	แก kae	แก่ kǎe	แก้ kàe	แก๊ kãe	แก๋ káe
ตือ teu	ตือ teu	ตื่อ těu	ตื้อ tèu	ตื๊อ tẽu	ตื๋อ téu
จำ jam	จำ jam	จ่ำ jăm	จ้ำ jàm	จ๊ำ jãm	จ๋ำ jám
ไก kai	ไก kai	ไก่ kǎi	ไก้ kài	ไก๊ kãi	ไก๋ kái
ใต tai	ใต tai	ใต่ tǎi	ใต้ tài	ใต๊ tãi	ใต๋ tái
เปา pao	เปา pao	เป่า pǎo	เป้า pào	เป๊า pão	เป๋า páo

練習單三：請填入正確的答案。

1. 泰語有 ＿＿＿＿ 個聲調。

2. 泰語有 ＿＿＿＿ 個聲調符號。

3. 填入泰語聲調符號及拉丁（音調）符號。

聲調	聲調符號	符號名稱	拉丁（音調）符號
第一聲（中音調）		– –	
第二聲（低音調）		ไม้เอก (mãi-ĕg)	
第三聲（降音調）		ไม้โท (mãi-tho)	
第四聲（高音調）		ไม้ตรี (mãi-tri)	
第五聲（升音調）		ไม้จัตวา (mãi-jǎd-tǎ-wa)	

4. 基本調是 ＿＿＿＿＿＿＿＿＿＿＿＿＿＿＿。

5. 填入正確答案，完成聲調變化規則表：

子音詞類	可變化聲調	基本調
中音子音清音詞	＿＿＿個聲調	第＿＿＿聲
中音子音濁音詞	＿＿＿個聲調	第＿＿＿聲
高音子音清音詞	＿＿＿個聲調	第＿＿＿聲
高音子音濁音詞	＿＿＿個聲調	第＿＿＿聲
低音子音清音詞	＿＿＿個聲調	第＿＿＿聲
低音子音短母音濁音詞	＿＿＿個聲調	第＿＿＿聲
低音子音長母音濁音詞	＿＿＿個聲調	第＿＿＿聲

6. 什麼是清音詞？

（1）_____

_____

（2）_____

_____

（3）_____

_____

7. 什麼是濁音詞？

（1）_____

_____

（2）_____

_____

第 **4** 章

ตอนที่ ๔ ฝึกออกเสียงพยัญชนะประสมสระ

torn-thì-sǐ fěug-ŏrg-síang-phå-yan-chå-nã-prǎ-sóm-så-rǎ

中、高、低音子音與母音拼音的發音練習

以下拼讀音節的聲調都是基本調（基本調的說明請看第三章：聲調變化的規則）。

開始前的小提醒：วรรณยุกต์ (wan-nå-yũg) 聲調

泰語是聲調語言，用不同聲調表達詞彙的高低音調及不同的意思。泰語有5個聲調、4個聲調符號。要注意的是，不論有無聲調符號，泰語的每個音節都有聲調，而無聲調符號的音就是「基本調」「**พื้นเสียง** (pheũn-síang)」，但不一定是聲調第一聲。音節實際發出的聲調，也不一定與音節出現的聲調符號同聲（低音子音會有的現象）。

MP3-009

泰語聲調				
聲調	聲調名稱	聲調符號	符號名稱	拉丁（音調）符號
第一聲（中音調）	สามัญ (sá-man)	無	--	--
第二聲（低音調）	เอก (ĕg)	◌่	ไม้เอก (mãi-ĕg)	ˇ
第三聲（降音調）	โท (tho)	◌้	ไม้โท (mãi-tho)	ˋ
第四聲（高音調）	ตรี (tri)	◌๊	ไม้ตรี (mãi-tri)	~
第五聲（升音調）	จัตวา (jăd-tå-wa)	◌๋	ไม้จัตวา (mãi-jăd-tå-wa)	ˊ

（一）可能影響到一個音節聲調的因素有：

1. 聲調符號。
2. 子音音域組（分為中音、高音及低音3組，詳細的說明請見第二章子音音域組部分）：

   （1）中音子音有9個：ก、จ、ด、ต、ฎ、ฏ、บ、ป、อ

   （2）高音子音有11個：ข、ฃ、ฉ、ฐ、ถ、ผ、ฝ、ศ、ษ、ส、ห

   （3）低音子音有24個：ค、ฅ、ฆ、ง、ช、ซ、ฌ、ญ、ฑ、ฒ、ณ、ท、ธ、น、พ、ฟ、ภ、ม、ย、ร、ล、ว、ฬ、ฮ

3. 清音詞、濁音詞，分辨條件為：

（1）清音詞：

- 音節的母音為長母音，且無尾音。
- 音節的母音可能是長母音或短母音，有清尾音組的尾音（ง、น、ม、ย、ว）。
- 音節的母音為「อำ」、「ใอ」、「ไอ」、「เอา」4個特殊母音。

（2）濁音詞：

- 音節的母音為短母音，且無尾音。
- 音節的母音可能是長母音或短母音，有濁尾音組的尾音（ก、ด、บ）。

註：清音詞和濁音詞指的「詞」，就是所謂的音節。

（二）聲調變化的規則：

1. 中音子音：

（1）中音子音清音詞：基本調為聲調第一聲（中音調），有完整的5個聲調變化。

（2）中音子音濁音詞：基本調為聲調第二聲（低音調「ˇ」），只有第二、三、四、五聲等4個聲調變化。

2. 高音子音：

（1）高音子音清音詞：基本調為聲調第五聲（升音調「ˊ」），只有第二、三、五聲等3個聲調變化。

（2）高音子音濁音詞：基本調為聲調第二聲（低音調「ˇ」），只有第二、三聲等2個聲調變化。

3. 低音子音：

（1）低音子音清音詞：基本調為聲調第一聲（中音調），只有第一、三（二聲符號）、四聲（三聲符號）等3個聲調變化。

（2）低音子音濁音詞依母音分為：

- 低音子音短母音濁音詞：基本調為聲調第四聲（高音調「˜」），只有第三（二聲符號）、四聲、五聲等3個聲調變化。
- 低音子音長母音濁音詞：基本調為聲調第三聲（降音調「ˋ」），只有第三、四聲（符號三聲）、五聲等3個聲調變化。

聲調變化的規則及範例							
子音詞類	可變化聲調	基本調	第一聲	第二聲	第三聲	第四聲	第五聲
中音子音清音詞	5	第一聲	กา	ก่า	ก้า	ก๊า	ก๋า
中音子音濁音詞	4	第二聲		จะ	จ้ะ	จ๊ะ	จ๋ะ
高音子音清音詞	3	第五聲		ข่า	ข้า		ขา
高音子音濁音詞	2	第二聲		สาบ	ส้าบ		
低音子音清音詞	3	第一聲	คา		ค่า	ค้า	
低音子音短母音濁音詞	3	第四聲			ค่ะ	คะ	ค๋ะ
低音子音長母音濁音詞	3	第三聲			คาด	ค้าด	ค๋าด

註：

1. 有特別色處代表基本調「พื้นเสียง (pheũn-síang)」是音節發出無聲調符號的音。
2. 如上表，可發現基本調不一定是聲調第一聲，當子音組別和子音詞類不同時，會有不同的基本調。
3. 唯有中音子音清音詞，有完整的 5 個聲調變化。
4. 低音子音會出現聲調與聲調符號不一致的現象（表中框字，符號二聲時發第三聲；符號三聲時發第四聲），但符號五聲依然發第五聲。

一、中音子音

泰語的中音子音有9個，分別是：「ก」、「จ」、「ด」、「ต」、「ฎ」、「ฏ」、「บ」、「ป」、「อ」。

（一）中音子音與18個單母音拼音：

1. 中音子音與「短母音」拼音，聲調發第二聲（低音調「ˇ」）；
2. 中音子音與「長母音」拼音，聲調發第一聲（中音調）。

4

中音子音與 18 個單母音拼音

母音 子音	◌ะ	◌า	◌ิ	◌ี	◌ึ	◌ือ	◌ุ	◌ู
	a	a	i	i	eu	eu	u	u
ก k	กะ kă	กา ka	กิ kĭ	กี ki	กึ kĕu	กือ* keu	กุ kŭ	กู ku
จ j	จะ jă	จา ja	จิ jĭ	จี ji	จึ jĕu	จือ* jeu	จุ jŭ	จู ju
ด ฎ d	ดะ dă	ดา da	ดิ dĭ	ดี di	ดึ dĕu	ดือ* deu	ดุ dŭ	ดู du
ต ฏ t	ตะ tă	ตา ta	ติ tĭ	ตี ti	ตึ tĕu	ตือ* teu	ตุ tŭ	ตู tu
บ b	บะ bă	บา ba	บิ bĭ	บี bi	บึ bĕu	บือ* beu	บุ bŭ	บู bu
ป p	ปะ pă	ปา pa	ปิ pĭ	ปี pi	ปึ pĕu	ปือ* peu	ปุ pŭ	ปู pu
อ Ø	อะ a	อา a	อิ i	อี i	อึ eu	อือ* eu	อุ u	อู u

中音子音與 18 個單母音拼音

เ◌ะ	เ◌	แ◌ะ	แ◌	โ◌ะ	โ◌	เ◌าะ	◌อ	เ◌อะ	เ◌อ
e	e	ae	ae	o	o	or	or	er	er
เกะ	เก	แกะ	แก	โกะ	โก	เกาะ	กอ	เกอะ	เกอ
kě	ke	kăe	kae	kŏ	ko	kŏr	kor	kĕr	ker
เจะ	เจ	แจะ	แจ	โจะ	โจ	เจาะ	จอ	เจอะ	เจอ
jě	je	jăe	jae	jŏ	jo	jŏr	jor	jĕr	jer
เดะ	เด	แดะ	แด	โดะ	โด	เดาะ	ดอ	เดอะ	เดอ
dě	de	dăe	dae	dŏ	do	dŏr	dor	dĕr	der
เตะ	เต	แตะ	แต	โตะ	โต	เตาะ	ตอ	เตอะ	เตอ
tě	te	tăe	tae	tŏ	to	tŏr	tor	tĕr	ter
เบะ	เบ	แบะ	แบ	โบะ	โบ	เบาะ	บอ	เบอะ	เบอ
bě	be	băe	bae	bŏ	bo	bŏr	bor	bĕr	ber
เปะ	เป	แปะ	แป	โปะ	โป	เปาะ	ปอ	เปอะ	เปอ
pě	pe	păe	pae	pŏ	po	pŏr	por	pĕr	per
เอะ	เอ	แอะ	แอ	โอะ	โอ	เอาะ	ออ	เออะ	เออ
e	e	ae	ae	o	o	or	or	er	er

註：

1. 「*」處須注意，當子音與母音「◌ื」拼音，而且沒有尾音時，必須在母音「◌ื」後方加「อ」，寫成「◌ือ」。
2. 「อ (or)」代表「零（空）聲母」跟結合母音發音。（因為念母音時都是「อ (or)」的音，當「อ (or)」是聲母時，因本身沒有音，就稱為「零（空）聲母」。）

（二）中音子音與6個複合母音及4個特殊母音（「◌ำ」、「ใ◌」、「ไ◌」、「เ◌า」）拼音：

1. 中音子音與「短母音」拼音，聲調發第二聲（低音調「ˇ」）；
2. 中音子音與「長母音」拼音，聲調發第一聲（中音調）；
3. 中音子音與「特殊母音」拼音，聲調發第一聲（中音調）。

MP3-014

中音子音與 6 個複合母音及 4 個特殊母音拼音

母音／子音		เ◌ียะ	เ◌ีย	เ◌ือะ	เ◌ือ	◌ัวะ	◌ัว	◌ำ	ใ◌ ไ◌	เ◌า
		ia	ia	eua	eua	ua	uo	am	ai	ao
ก	k	เกียะ	เกีย	เกือะ	เกือ	กัวะ	กัว	กำ	ใก ไก	เกา
		kĭa	kia	keŭa	keua	kŭa	kuo	kam	kai	kao
จ	j	เจียะ	เจีย	เจือะ	เจือ	จัวะ	จัว	จำ	ใจ ไจ	เจา
		jĭa	jia	jeŭa	jeua	jŭa	juo	jam	jai	jao
ด ฎ	d	เดียะ	เดีย	เดือะ	เดือ	ดัวะ	ดัว	ดำ	ใด ได	เดา
		dĭa	dia	deŭa	deua	dŭa	duo	dam	dai	dao
ต ฏ	t	เตียะ	เตีย	เตือะ	เตือ	ตัวะ	ตัว	ตำ	ใต ไต	เตา
		tĭa	tia	teŭa	teua	tŭa	tuo	tam	tai	tao
บ	b	เบียะ	เบีย	เบือะ	เบือ	บัวะ	บัว	บำ	ใบ ไบ	เบา
		bĭa	bia	beŭa	beua	bŭa	buo	bam	bai	bao

ป	p	เปียะ	เปีย	เปือะ	เปือ	ปัวะ	ปัว	ปำ	ใป ไป	เปา
		pĭa	pia	peŭa	peua	pŭa	puo	pam	pai	pao
อ	Ø	เอียะ	เอีย	เอือะ	เอือ	อัวะ	อัว	อำ	ใอ ไอ	เอา
		ia	ia	eua	eua	ua	uo	am	ai	ao

（三）單字、詞組讀一讀：

單字、詞組讀一讀					
單字、詞組	音標	中文	單字、詞組	音標	中文
กะ	kǎ	和、跟	จะ	jǎ	將、要
กา	ka	壺、烏鴉	ตา	ta	眼睛、外公
ปา	pa	扔	อา	a	叔叔、姑姑
ตี	te	打、敲	ดี	di	好
ปู	pu	螃蟹	ปี	pi	年、歲
อึ	eu	大便	กู	ku	我（傳統用法，不雅用語）
ดู	du	看	ดุ	dǔ	兇
เตะ	tě	踢	ติ	tǐ	批評
เจ	je	齋（素）	แก	kae	你（傳統用法，不雅用語）
แกะ	kǎe	綿羊、刻、拆	โต	to	大、長大
เกาะ	kǒr	島嶼	กอ	kor	叢
เจาะ	jǒr	鑽（洞）	เจอะ / เจอ	jěr / jer	見
เปีย	pia	辮子	ตัว	tuo	件、隻、自身
บัว	buo	蓮花	กำ	kam	握（拳）、把（量詞）
เกา	kao	抓（癢）	จำ	jam	記住、記得
ใจ	jai	心	ดำ	dam	黑

เดา	dao	猜想	ตำ	tam	搗
ไต	tai	腎	เตา	tao	爐子
ใบ	bai	葉、片	เบา	bao	輕
ไป	pai	去	ไอ	ai	咳嗽
เอา	ao	要、拿	ตะปู	tǎ-pu	釘子
บิดา	bǐ-da	父親	กะปิ	kǎ-pǐ	蝦醬
อีกา	i-ka	烏鴉	ตาดำ	ta-dam	黑眼珠
ใจดี	jai-de	好心、大方	ใจดำ	jai-dam	黑心、壞心
จำปี	jam-pi	玉蘭花	จำปา	jam-pa	金玉蘭花
จำใจ	jam-jai	不得已	ไปเอา	pai-ao	去拿
เอาใจ	ao-jai	討好	ตาดี	ta-di	眼力好

二、高音子音

泰語的高音子音有11個，分別是：「ข」、「ฃ」、「ฉ」、「ถ」、「ฐ」、「ผ」、「ฝ」、「ส」、「ศ」、「ษ」、「ห」。

（一）高音子音與18個單母音拼音：

1. 高音子音與「短母音」拼音，聲調發第二聲（低音調「ˇ」）；
2. 高音子音與「長母音」拼音，聲調發第五聲（升音調「ˊ」）。

高音子音與 18 個單母音拼音								
母音 / 子音	◌ะ	◌า	◌ิ	◌ี	◌ึ	◌ื	◌ุ	◌ู
	a	a	i	i	eu	eu	u	u
ข ฃ　kh	ขะ	ขา	ขิ	ขี	ขึ	ขือ*	ขุ	ขู
	khă	khá	khĭ	khí	khĕu	khéu	khŭ	khú
ฉ　ch	ฉะ	ฉา	ฉิ	ฉี	ฉึ	ฉือ*	ฉุ	ฉู
	chă	chá	chĭ	chí	chĕu	chéu	chŭ	chú
ถ ฐ　th	ถะ	ถา	ถิ	ถี	ถึ	ถือ*	ถุ	ถู
	thă	thá	thĭ	thí	thĕu	théu	thŭ	thú
ผ　ph	ผะ	ผา	ผิ	ผี	ผึ	ผือ*	ผุ	ผู
	phă	phá	phĭ	phí	phĕu	phéu	phŭ	phú
ฝ　f	ฝะ	ฝา	ฝิ	ฝี	ฝึ	ฝือ*	ฝุ	ฝู
	fă	fá	fĭ	fí	fĕu	féu	fŭ	fú
ส ศ ษ　s	สะ	สา	สิ	สี	สึ	สือ*	สุ	สู
	să	sá	sĭ	sí	sĕu	séu	sŭ	sú
ห　h	หะ	หา	หิ	หี	หึ	หือ*	หุ	หู
	hă	há	hĭ	hí	hĕu	héu	hŭ	hú

高音子音與 18 個單母音拼音

เ◌ะ	เ◌	แ◌ะ	แ◌	โ◌ะ	โ◌	เ◌าะ	◌อ	เ◌อะ	เ◌อ
e	e	ae	ae	o	o	or	or	er	er
เขะ	เข	แขะ	แข	โขะ	โข	เขาะ	ขอ	เขอะ	เขอ
khĕ	khé	khăe	kháe	khŏ	khó	khŏr	khór	khĕr	khér
เฉะ	เฉ	แฉะ	แฉ	โฉะ	โฉ	เฉาะ	ฉอ	เฉอะ	เฉอ
chĕ	ché	chăe	cháe	chŏ	chó	chŏr	chór	chĕr	chér
เถะ	เถ	แถะ	แถ	โถะ	โถ	เถาะ	ถอ	เถอะ	เถอ
thĕ	thé	thăe	tháe	thŏ	thó	thŏr	thór	thĕr	thér
เผะ	เผ	แผะ	แผ	โผะ	โผ	เผาะ	ผอ	เผอะ	เผอ
phĕ	phé	phăe	pháe	phŏ	phó	phŏr	phór	phĕr	phér
เฝะ	เฝ	แฝะ	แฝ	โฝะ	โฝ	เฝาะ	ฝอ	เฝอะ	เฝอ
fĕ	fé	făe	fáe	fŏ	fó	fŏr	fór	fĕr	fér
เสะ	เส	แสะ	แส	โสะ	โส	เสาะ	สอ	เสอะ	เสอ
sĕ	sé	săe	sáe	sŏ	só	sŏr	sór	sĕr	sér
เหะ	เห	แหะ	แห	โหะ	โห	เหาะ	หอ	เหอะ	เหอ
hĕ	hé	hăe	háe	hŏ	hó	hŏr	hór	hĕr	hér

註：「*」處須注意，當子音與母音「◌ื」拼音，而且沒有尾音時，母音「◌ื」必須多寫「อ」在後方，變成「◌ือ」。

（二）高音子音與6個複合母音及4個特殊母音（「◌ำ」、「ใ◌」、「ไ◌」、「เ◌า」）拼音：

1. 高音子音與「短母音」拼音，聲調發第二聲（低音調「ˇ」）；
2. 高音子音與「長母音」拼音，聲調發第五聲（升音調「ˊ」）；
3. 高音子音與「特殊母音」拼音，聲調發第五聲（升音調「ˊ」）。 MP3-017

高音子音與 6 個複合母音及 4 個特殊母音拼音

母音 / 子音		เ◌ียะ	เ◌ีย	เ◌ือะ	เ◌ือ	◌ัวะ	◌ัว	◌ำ	ใ◌ ไ◌	เ◌า
		ia	ia	eua	eua	ua	uo	am	ai	ao
ข ฃ	kh	เขียะ	เขีย	เขือะ	เขือ	ขัวะ	ขัว	ขำ	ใข ไข	เขา
		khĭa	khía	kheŭa	kheúa	khŭa	khúo	khám	khái	kháo
ฉ	ch	เฉียะ	เฉีย	เฉือะ	เฉือ	ฉัวะ	ฉัว	ฉำ	ใฉ ไฉ	เฉา
		chĭa	chía	cheŭa	cheúa	chŭa	chúo	chám	chái	cháo
ถ ฐ	th	เถียะ	เถีย	เถือะ	เถือ	ถัวะ	ถัว	ถำ	ใถ ไถ	เถา
		thĭa	thía	theŭa	theúa	thŭa	thúo	thám	thái	tháo
ผ	ph	เผียะ	เผีย	เผือะ	เผือ	ผัวะ	ผัว	ผำ	ใผ ไผ	เผา
		phĭa	phía	pheŭa	pheúa	phŭa	phúo	phám	phái	pháo
ฝ	f	เฝียะ	เฝีย	เฝือะ	เฝือ	ฝัวะ	ฝัว	ฝำ	ใฝ ไฝ	เฝา
		fĭa	fía	feŭa	feúa	fŭa	fúo	fám	fái	fáo

ส ศ ษ	s	เสียะ	เสีย	เสือะ	เสือ	สัวะ	สัว	สำ	ใส ไส	เสา
		sĭa	sía	seŭa	seúa	sŭa	súo	sám	sái	sáo
ห	h	เหียะ	เหีย	เหือะ	เหือ	หัวะ	หัว	หำ	ให ไห	เหา
		hĭa	hía	heŭa	heúa	hŭa	húo	hám	hái	háo

（三）單字讀一讀：

MP3-018

單字讀一讀					
單字	音標	中文	單字	音標	中文
แฉะ	chǎe	濕	เถาะ	thǒr	兔年（生肖）
เสาะ	sǒr	找、尋	ขำ	khám	笑、好笑、幽默
เขา	kháo	她（他）、山	เฉา	cháo	凋謝
เถา	tháo	藤蔓	ไถ	thái	耕（田）、敲詐
เผา	pháo	燒	ไฝ	fái	痣
ฝา	fá	蓋子、牆壁	ใส	sái	透明、清澈
เสา	sáo	柱	สี	sí	顏色
เสีย	sía	壞掉、失（去）	เสือ	seúa	老虎
ไห	hái	甕	เหา	háo	頭虱
หา	há	找	หู	hú	耳朵
แห	háe	魚網	หัว	húo	頭
ขา	khá	腿	เข	khé	斜的、瘸
ขอ	khór	要	ถู	thú	擦、抹
ถือ*	théu	拿	ผัว	phúo	老公
ผา	phá	山崖	ผี	phí	鬼
ผุ	phǔ	朽、蛀	ฝี	fí	瘡

註：「*」處須注意，當子音與母音「◌ื」拼音，而且沒有尾音時，母音「◌ื」必須多寫「อ」在後方，變成「◌ือ」。

三、低音子音

　　泰語的低音子音有24個，分別是：「ค」、「ฅ」、「ฆ」、「ง」、「ช」、「ซ」、「ฌ」、「ญ」、「ฑ」、「ฒ」、「ณ」、「ท」、「ธ」、「น」、「พ」、「ฟ」、「ภ」、「ม」、「ย」、「ร」、「ล」、「ว」、「ฬ」、「ฮ」。低音子音還分為兩組：

・有高音子音可配對的低音子音——雙低音子音組「**อักษรคู่** (ǎk-sórn-khù)」：

　　有14個，分別是：「ค」、「ฅ」、「ฆ」、「ช」、「ฌ」、「ซ」、「ฑ」、「ฒ」、「ท」、「ธ」、「พ」、「ภ」、「ฟ」、「ฮ」。

　　聲調變化規則方面，高音子音和低音子音的清音詞，各只能有3個聲調變化。不過，高音子音和低音子音配對時，類似音組別的子音，可使其清音詞互補成完整的5個聲調的變化。「雙低音子音」和「高音子音」有類似的發音可配對，例如：「ค ฅ ฆ (ข ฃ)」、「ช ฌ (ฉ)」、「ซ (ศ ษ ส)」、「ฑ ฒ ท ธ (ฐ ถ)」、「พ ภ (ผ)」、「ฟ (ฝ)」、「ฮ (ห)」。

・無高音子音可配對的低音子音——單低音子音組「**อักษรเดี่ยว** (ǎk-sórn-dǐao)」：

　　有10個，分別是：「ง」、「ญ」、「ย」、「น」、「ณ」、「ม」、「ร」、「ล」、「ฬ」、「ว」。如果要讓這些單低音子音的清音詞可以有完整的5個聲調變化，需在這些子音前方加前引字「ห」。前引字「ห」不發聲，是高音子音，低音子音加此前引字，視同高音子音，且須按照高音子音聲調變化的規則。

（一）雙低音子音與18個單母音拼音：

1. 低音子音與「短母音」拼音，聲調發第四聲（高音調「˜」）；
2. 低音子音與「長母音」拼音，聲調發第一聲（中音調）。

雙低音子音與 18 個單母音拼音									
母音 / 子音		◌ะ	◌า	◌ิ	◌ี	◌ึ	◌ื	◌ุ	◌ู
		a	a	i	i	eu	eu	u	u
ค ฅ ฆ	kh	คะ	คา	คิ	คี	คึ	คือ*	คุ	คู
		khã	kha	khĩ	khi	khẽu	kheu	khũ	khu
ช ฌ	ch	ชะ	ชา	ชิ	ชี	ชึ	ชือ*	ชุ	ชู
		chã	cha	chĩ	chi	chẽu	cheu	chũ	chu
ท ฑ ฒ ธ	th	ทะ	ทา	ทิ	ที	ทึ	ทือ*	ทุ	ทู
		thã	tha	thĩ	thi	thẽu	theu	thũ	thu
พ ภ	ph	พะ	พา	พิ	พี	พึ	พือ*	พุ	พู
		phã	pha	phĩ	phi	phẽu	pheu	phũ	phu
ฟ	f	ฟะ	ฟา	ฟิ	ฟี	ฟึ	ฟือ*	ฟุ	ฟู
		fã	fa	fĩ	fi	fẽu	feu	fũ	fu
ซ	s	ซะ	ซา	ซิ	ซี	ซึ	ซือ*	ซุ	ซู
		sã	sa	sĩ	si	sẽu	seu	sũ	su
ฮ	h	ฮะ	ฮา	ฮิ	ฮี	ฮึ	ฮือ*	ฮุ	ฮู
		hã	ha	hĩ	hi	hẽu	heu	hũ	hu

雙低音子音與 18 個單母音拼音

เ◌ะ	เ◌	แ◌ะ	แ◌	โ◌ะ	โ◌	เ◌าะ	◌อ	เ◌อะ	เ◌อ
e	e	ae	ae	o	o	or	or	er	er
เคะ	เค	แคะ	แค	โคะ	โค	เคาะ	คอ	เคอะ	เคอ
khẽ	khe	khãe	khae	khõ	kho	khõr	khor	khẽr	kher
เชะ	เช	แชะ	แช	โชะ	โช	เชาะ	ชอ	เชอะ	เชอ
chẽ	che	chãe	chae	chõ	cho	chõr	chor	chẽr	cher
เทะ	เท	แทะ	แท	โทะ	โท	เทาะ	ทอ	เทอะ	เทอ
thẽ	the	thãe	thae	thõ	tho	thõr	thor	thẽr	ther
เพะ	เพ	แพะ	แพ	โพะ	โพ	เพาะ	พอ	เพอะ	เพอ
phẽ	phe	phãe	phae	phõ	pho	phõr	phor	phẽr	pher
เฟะ	เฟ	แฟะ	แฟ	โฟะ	โฟ	เฟาะ	ฟอ	เฟอะ	เฟอ
fẽ	fe	fãe	fae	fõ	fo	fõr	for	fẽr	fer
เซะ	เซ	แซะ	แซ	โซะ	โซ	เซาะ	ซอ	เซอะ	เซอ
sẽ	se	sãe	sae	sõ	so	sõr	sor	sẽr	ser
เฮะ	เฮ	แฮะ	แฮ	โฮะ	โฮ	เฮาะ	ฮอ	เฮอะ	เฮอ
hẽ	he	hãe	hae	hõ	ho	hõr	hor	hẽr	her

註：「*」處須注意，當子音與母音「◌ื」拼音，而且沒有尾音時，母音「◌ื」必須多寫「อ」在後方，變成「◌ือ」。

（二）單低音子音與18個單母音拼音：

1. 低音子音與「短母音」拼音，聲調發第四聲（高音調「~」）；
2. 低音子音與「長母音」拼音，聲調發第一聲（中音調）。

MP3-020

單低音子音與 18 個單母音拼音

母音 / 子音		◌ะ	◌า	◌ิ	◌ี	◌ึ	◌ื	◌ุ	◌ู
		a	a	i	i	eu	eu	u	u
ง	ng	งะ	งา	งิ	งี	งึ	งือ*	งุ	งู
		ngã	nga	ngĩ	ngi	ngẽu	ngeu	ngũ	ngu
ย ญ	y	ยะ	ยา	ยิ	ยี	ยึ	ยือ*	ยุ	ยู
		yã	ya	yĩ	yi	yẽu	yeu	yũ	yu
ม	m	มะ	มา	มิ	มี	มึ	มือ*	มุ	มู
		mã	ma	mĩ	mi	mẽu	meu	mũ	mu
น ณ	n	นะ	นา	นิ	นี	นึ	นือ*	นุ	นู
		nã	na	nĩ	ni	nẽu	neu	nũ	nu
ว	w	วะ	วา	วิ	วี	วึ	วือ*	วุ	วู
		wã	wa	wĩ	wi	wẽu	weu	wũ	wu
ร	r	ระ	รา	ริ	รี	รึ	รือ*	รุ	รู
		rã	ra	rĩ	ri	rẽu	reu	rũ	ru
ล ฬ	l	ละ	ลา	ลิ	ลี	ลึ	ลือ*	ลุ	ลู
		lã	la	lĩ	li	lẽu	leu	lũ	lu

單低音子音與 18 個單母音拼音

เ◌ะ	เ◌	แ◌ะ	แ◌	โ◌ะ	โ◌	เ◌าะ	◌อ	เ◌อะ	เ◌อ
e	e	ae	ae	o	o	or	or	er	er
เงะ	เง	แงะ	แง	โงะ	โง	เงาะ	งอ	เงอะ	เงอ
ngẽ	nge	ngãe	ngae	ngõ	ngo	ngõr	ngor	ngẽr	nger
เยะ	เย	แยะ	แย	โยะ	โย	เยาะ	ยอ	เยอะ	เยอ
yẽ	ye	yãe	yae	yõ	yo	yõr	yor	yẽr	yer
เมะ	เม	แมะ	แม	โมะ	โม	เมาะ	มอ	เมอะ	เมอ
mẽ	me	mãe	mae	mõ	mo	mõr	mor	mẽr	mer
เนะ	เน	แนะ	แน	โนะ	โน	เนาะ	นอ	เนอะ	เนอ
nẽ	ne	nãe	nae	nõ	no	nõr	nor	nẽr	ner
เวะ	เว	แวะ	แว	โวะ	โว	เวาะ	วอ	เวอะ	เวอ
wẽ	we	wãe	wae	wõ	wo	wõr	wor	wẽr	wer
เระ	เร	แระ	แร	โระ	โร	เราะ	รอ	เรอะ	เรอ
rẽ	re	rãe	rae	rõ	ro	rõr	ror	rẽr	rer
เละ	เล	และ	แล	โละ	โล	เลาะ	ลอ	เลอะ	เลอ
lẽ	le	lãe	lae	lõ	lo	lõr	lor	lẽr	ler

註：「*」處須注意，當子音與母音「◌ื」拼音，而且沒有尾音時，母音「◌ื」必須多寫「อ」在後方，變成「◌ือ」。

4

（三）雙低音子音與6個複合母音及4個特殊母音（「◌ำ」、「ใ◌」、「ไ◌」、「เ◌า」）拼音：

- 低音子音與「短母音」拼音，聲調發第四聲（高音調「~」）；
- 低音子音與「長母音」拼音，聲調發第一聲（中音調）；
- 低音子音與「特殊母音」拼音，聲調發第一聲（中音調）。

MP3-021

雙低音子音與 6 個複合母音及 4 個特殊母音拼音

母音 子音		เ◌ียะ	เ◌ีย	เ◌ือะ	เ◌ือ	◌ัวะ	◌ัว	◌ำ	ใ◌ ไ◌	เ◌า
		ia	ia	eua	eua	ua	uo	am	ai	ao
ค ฅ ฆ	kh	เคียะ	เคีย	เคือะ	เคือ	คัวะ	คัว	คำ	ใค ไค	เคา
		khĩa	khia	kheũa	kheua	khũa	khuo	kham	khai	khao
ช ฌ	ch	เชียะ	เชีย	เชือะ	เชือ	ชัวะ	ชัว	ชำ	ใช ไช	เชา
		chĩa	chia	cheũa	cheua	chũa	chuo	cham	chai	chao
ท ฑ ฒ ธ	th	เทียะ	เทีย	เทือะ	เทือ	ทัวะ	ทัว	ทำ	ใท ไท	เทา
		thĩa	thia	theũa	theua	thũa	thuo	tham	thai	thao
พ ภ	ph	เพียะ	เพีย	เพือะ	เพือ	พัวะ	พัว	พำ	ใพ ไพ	เพา
		phĩa	phia	pheũa	pheua	phũa	phuo	pham	phai	phao
ฟ	f	เฟียะ	เฟีย	เฟือะ	เฟือ	ฟัวะ	ฟัว	ฟำ	ใฟ ไฟ	เฟา
		fĩa	fia	feũa	feua	fũa	fuo	fam	fai	fao

ซ	s	เซียะ	เซีย	เซือะ	เซือ	ซัวะ	ซัว	ซำ	ใซ ไซ	เซา
		sĩa	sia	seũa	seua	sũa	suo	sam	sai	sao
ฮ	h	เฮียะ	เฮีย	เฮือะ	เฮือ	ฮัวะ	ฮัว	ฮำ	ใฮ ไฮ	เฮา
		hĩa	hia	heũa	heua	hũa	huo	ham	hai	hao

（四）單低音子音與6個複合母音及4個特殊母音（「◌ำ」、「ใ◌」、「ไ◌」、「เ◌า」）拼音：

- 低音子音與「短母音」拼音，聲調發第四聲（高音調「~」）；
- 低音子音與「長母音」拼音，聲調發第一聲（中音調）；
- 低音子音與「特殊母音」拼音，聲調發第一聲（中音調）。

MP3-022

單低音子音與 6 個複合母音及 4 個特殊母音

母音 / 子音		เ◌ียะ	เ◌ีย	เ◌ือะ	เ◌ือ	◌ัวะ	◌ัว	◌ำ	ใ◌ ไ◌	เ◌า
		ia	ia	eua	eua	ua	uo	am	ai	ao
ง	ng	เงียะ	เงีย	เงือะ	เงือ	งัวะ	งัว	งำ	ใง ไง	เงา
		ngĩa	ngia	ngeũa	ngeua	ngũa	nguo	ngam	ngai	ngao
ย ญ	y	เยียะ	เยีย	เยือะ	เยือ	ยัวะ	ยัว	ยำ	ใย ไย	เยา
		yĩa	yia	yeũa	yeua	yũa	yuo	yam	yai	yao
ม	m	เมียะ	เมีย	เมือะ	เมือ	มัวะ	มัว	มำ	ใม ไม	เมา
		mĩa	mia	meũa	meua	mũa	muo	mam	mai	mao
น ณ	n	เนียะ	เนีย	เนือะ	เนือ	นัวะ	นัว	นำ	ใน ไน	เนา
		nĩa	nia	neũa	neua	nũa	nuo	nam	nai	nao
ว	w	เวียะ	เวีย	เวือะ	เวือ	วัวะ	วัว	วำ	ใว ไว	เวา
		wĩa	wia	weũa	weua	wũa	wuo	wam	wai	wao

ร	r	เรียะ	เรีย	เรือะ	เรือ	รัวะ	รัว	รำ	ใร ไร	เรา
		rĩa	ria	reũa	reua	rũa	ruo	ram	rai	rao
ล ฬ	l	เลียะ	เลีย	เลือะ	เลือ	ลัวะ	ลัว	ลำ	ใล ไล	เลา
		lĩa	lia	leũa	leua	lũa	luo	lam	lai	lao

（五）單字讀一讀：

MP3-023

單字讀一讀					
單字	音標	中文	單字	音標	中文
คะ	khã	女生用語尾助詞（問句、強調）	คือ*	kheu	是
คู	khu	水溝	ชู	chu	舉
งา	nga	象牙、芝麻	ทา	tha	抹、刷（漆）
นา	na	田	ชา	cha	茶
มา	ma	來	มือ*	meu	手
ยุ	yũ	慫恿	ยา	ya	藥
คำ	kham	詞	เงา	ngao	影子
เยา	yao	低、廉	ยำ	yam	涼拌
ใย	yai	絲	ใน	nai	裡
ไฟ	fai	火	เมา	mao	醉
รำ	ram	舞蹈	เรา	rao	我們
รู	ru	洞	ลา	la	道別、驢
ทำ	tham	做	ไว	wai	快
เลีย	lia	忝	วัว	wuo	牛

มัว	muo	模糊、看不清楚	เยอะ,แยะ	yẽr, yãe	多
เมีย	mia	老婆	แคะ	khãe	摳
เคาะ	khõr	敲	คอ	khor	脖、喉
แทะ	thãe	啃	ทอ	thor	織
แพะ	phãe	山羊	แพ	phae	竹筏
เพาะ	phõr	培育	พอ	phor	夠、足
เซ	se	重心不穩	ซอ	sor	泰北用的樂器（類似二胡）
เงาะ	ngõr	紅毛丹	งอ	ngor	彎曲
แนะ	nãe	建議	เยาะ	yõr	消遣
ยอ	yor	讚美（虛偽）	เละ	lẽ	軟爛
แล	lae	瞧、看	เทา	thao	灰
รอ	ror	等	ราคา	ra-kha	價錢、價格、價值

註：「＊」處須注意，當子音與母音「◌ื」拼音，而且沒有尾音時，母音「◌ื」必須多寫「อ」在後方，變成「◌ือ」。

（六）單字、詞組讀一讀：

MP3-024

單字、詞組讀一讀					
單字、詞組	音標	中文	單字、詞組	音標	中文
ไวไฟ	wai-fai	易燃	อะไร	ǎ-rai	什麼
ทำไม	tham-mai	為什麼	ทำดี	tham-di	行好事
สีเทา	sí-thao	灰色	สีดำ	sí-dam	黑色
ทาสี	tha-sí	刷漆	กำไล	kam-lai	鐲子
กำไร	kam-rai	利潤	ศาลา	sá-la	涼亭
เตาไฟ	tao-fai	火爐	สำลี	sám-li	棉花
จำนำ	jam-nam	典當	ลำไย	lam-yai	龍眼
ชำระ	cham-rã	繳納	สำเนา	sám-nao	複製、複本
ไวไว (ไวๆ)*	wai-wai	趕快	มือถือ	meu-théu	手機
เลอะเทอะ	lẽr-thẽr	髒亂、一蹋糊塗	งัวเงีย	nguo-ngia	睡眼惺忪
นัวเนีย	nuo-nia	亂成一團、亂七八糟	มัวเมา	muo-mao	沉迷
มะเขือ	mã-kheúa	茄子	ผัวเมีย	phúo-mia	老公老婆
สุรา	sǔ-ra	酒	งาดำ	nga-dam	黑芝麻
นาที	na-thi	分鐘	นะคะ	nã-khã	女生用語助詞（強調、柔和）

มะลิ	mã-lĩ	茉莉	สาคู	sá-khu	西谷米
กะทิ	kǎ-thĩ	椰漿、椰奶	ภาษา	phá-sá	語言
ฝีมือ	fí-meu	手藝	สุขา	sǔ-khá	廁所
เมาสุรา	mao-sǔ-ra	酒醉	วินาที	wĩ-na-thi	秒鐘
ราคาเยา	ra-kha-yao	廉價、便宜	ภูเขาไฟ	phu-kháo-fai	火山

4

註：

1. 上表特別色處須注意，當子音與母音「◌ื」拼音，而且沒有尾音時，母音「◌ื」必須多寫「อ」在後方，變成「◌ือ」。
2. 「*」處的「ๆ」符號，泰語稱「ไม้ยมก (mãi-yå-mõg)」，寫在單詞、詞組或句子的後方，表示要重複念該單詞、詞組或句子兩遍。

練習單四：拼讀練習

MP3-025

請拼讀並寫出「單字 / 詞組 / 句子」音節發音（聲調）的音調（拉丁符號）。

單字 / 詞組 / 句子	音調（拉丁）符號	中文
例：อาสา	-- ´	自願
例：วิธี	˜ --	方法、方式
ชาดี		好茶
ยะลา		惹拉府（泰國最南邊的府）
ภาษี		稅
ตีงู		打蛇
กะลา		椰子殼
กีฬา		體育
ยุติ		停止
จำปี		玉蘭花
ทะลุ		穿透
นาฬิกา		鐘錶
ซากุระ		櫻花
ราชินี		王后、女王

ราคาดี	好價錢
มีพายุ	有暴風、有狂風
ปีระกา	雞年（生肖）
ซาลาเปา	包子
ฝีมือดี	好手藝
บิดามีนาฬิกาสีเทา	父親有灰色鐘錶。
มานะจะมาทาสีศาลา	瑪納要來涼亭刷漆。
อีกาจะตีปูนาสีดำ	烏鴉要打黑田蟹。

memo

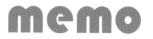

第5章

ตอนที่ ๕ ฝึกออกเสียงพยัญชนะประสมสระและวรรณยุกต์

torn-thì-hà fĕug-ŏrg-síang-phå-yan-chå-nã-prǎ-sóm-så-rǎ-lãe-wan-nå-yũg

中、高、低音子音與母音拼音加聲調的發音練習

開始前的小提醒：วรรณยุกต์ (wan-nå-yũg) 聲調

泰語是聲調語言，用不同聲調表達詞彙的高低音調及不同的意思。泰語有5個聲調、4個聲調符號。要注意的是，不論有無聲調符號，泰語的每個音節都有聲調，而無聲調符號的音就是「基本調」「พื้นเสียง (pheũn-síang)」，但不一定是聲調第一聲。音節實際發出的聲調，也不一定與音節出現的聲調符號同聲（低音子音會有的現象）。

MP3-009

泰語聲調				
聲調	聲調名稱	聲調符號	符號名稱	拉丁（音調）符號
第一聲（中音調）	สามัญ (sá-man)	無	--	--
第二聲（低音調）	เอก (ĕg)	◌่	ไม้เอก (mãi-ĕg)	ˇ
第三聲（降音調）	โท (tho)	◌้	ไม้โท (mãi-tho)	ˋ
第四聲（高音調）	ตรี (tri)	◌๊	ไม้ตรี (mãi-tri)	~
第五聲（升音調）	จัตวา (jăd-tå-wa)	◌๋	ไม้จัตวา (mãi-jăd-tå-wa)	ˊ

（一）可能影響到一個音節聲調的因素有：

1. 聲調符號。
2. 子音音域組（分為中音、高音及低音3組，詳細的說明請見第二章子音音域組部分）：

（1）中音子音有9個：ก、จ、ด、ต、ฎ、ฏ、บ、ป、อ

（2）高音子音有11個：ข、ฃ、ฉ、ฐ、ถ、ผ、ฝ、ศ、ษ、ส、ห

（3）低音子音有24個：ค、ฅ、ฆ、ง、ช、ซ、ฌ、ญ、ฑ、ฒ、ณ、ท、

ธ、น、พ、ฟ、ภ、ม、ย、ร、ล、ว、ฬ、ฮ

3. 清音詞、濁音詞，分辨條件為：

（1）清音詞：

- 音節的母音為長母音，且無尾音。
- 音節的母音可能是長母音或短母音，有清尾音組的尾音（ง、น、ม、ย、ว）。
- 音節的母音為「◌ำ」、「ใ◌」、「ไ◌」、「เ◌า」4個特殊母音。

（2）濁音詞：

- 音節的母音為短母音，且無尾音。
- 音節的母音可能是長母音或短母音，有濁尾音組的尾音（ก、ด、บ）。

註：清音詞和濁音詞指的「詞」，就是所謂的音節。

（二）聲調變化的規則：

1. 中音子音：

（1）中音子音清音詞：基本調為聲調第一聲（中音調），有完整的5個聲調變化。

（2）中音子音濁音詞：基本調為聲調第二聲（低音調「ˇ」），只有第二、三、四、五聲等4個聲調變化。

2. 高音子音：

（1）高音子音清音詞：基本調為聲調第五聲（升音調「ˊ」），只有第二、三、五聲等3個聲調變化。

（2）高音子音濁音詞：基本調為聲調第二聲（低音調「ˇ」），只有第二、三聲等2個聲調變化。

3. 低音子音：

（1）低音子音清音詞：基本調為聲調第一聲（中音調），只有第一、三（二聲符號）、四聲（三聲符號）等3個聲調變化。

（2）低音子音濁音詞依母音分為：

・低音子音短母音濁音詞：基本調為聲調第四聲（高音調「˜」），只有第三（二聲符號）、四聲、五聲等3個聲調變化。

・低音子音長母音濁音詞：基本調為聲調第三聲（降音調「ˋ」），只有第三、四聲（符號三聲）、五聲等3個聲調變化。

聲調變化的規則及範例

子音詞類	可變化聲調	基本調	第一聲	第二聲	第三聲	第四聲	第五聲
中音子音清音詞	5	第一聲	กา	ก่า	ก้า	ก๊า	ก๋า
中音子音濁音詞	4	第二聲		จะ	จ้ะ	จ๊ะ	จ๋ะ
高音子音清音詞	3	第五聲		ข่า	ข้า		ขา
高音子音濁音詞	2	第二聲		สาบ	ส้าบ		
低音子音清音詞	3	第一聲	คา		ค่า	ค้า	
低音子音短母音濁音詞	3	第四聲			ค่ะ	คะ	ค๋ะ
低音子音長母音濁音詞	3	第三聲			คาด	ค้าด	ค๋าด

註：

1. 有特別色處代表基本調「พื้นเสียง (pheũn-síang)」是音節發出無聲調符號的音。
2. 如上表，可發現基本調不一定是聲調第一聲，當子音組別和子音詞類不同時，會有不同的基本調。
3. 唯有中音子音清音詞，有完整的 5 個聲調變化。
4. 低音子音會出現聲調與聲調符號不一致的現象（表中框字，符號二聲時發第三聲；符號三聲時發第四聲），但符號五聲依然發第五聲。

一、中音子音

（一）中音子音清音詞：

下表為中音子音與「長母音」、「4個特殊母音」拼音，及加上聲調後的發音練習。

中音子音清音詞基本調為第一聲，可有完整的5個聲調變化。 MP3-026

中音子音與「長母音」、「4 個特殊母音」拼音加聲調

子音與母音拼音			聲調				
子音	母音	單字	第一聲	第二聲	第三聲	第四聲	第五聲
			---	◌่	◌้	◌๊	◌๋
			中音	低音 / ˇ	降音 / 、	高音 / ˜	升音 / ˊ
ก	◌า	กา	กา	ก่า	ก้า	ก๊า	ก๋า
k	a	ka	ka	kă	kà	kã	ká
จ	◌ี	จี	จี	จี่	จี้	จี๊	จี๋
j	i	ji	ji	jĭ	jì	jĩ	jí
ด	◌ื	ดือ	ดือ	ดื่อ	ดื้อ	ดื๊อ	ดื๋อ
d	eu	deu	deu	dĕu	dèu	dẽu	déu
ต	◌ู	ตู	ตู	ตู่	ตู้	ตู๊	ตู๋
t	u	tu	tu	tŭ	tù	tũ	tú
บ	เ◌	เบ	เบ	เบ่	เบ้	เบ๊	เบ๋
b	e	be	be	bĕ	bè	bẽ	bé

ป	แ◌	แป	แป	แป่	แป้	แป๊	แป๋
p	ae	pae	pae	păe	pàe	pãe	páe
อ	โ◌	โอ	โอ	โอ่	โอ้	โอ๊	โอ๋
Ø	o	o	o	ŏ	ò	õ	ó
ก	◌อ	กอ	กอ	ก่อ	ก้อ	ก๊อ	ก๋อ
k	or	kor	kor	kŏr	kòr	kõr	kór
จ	เ◌อ	เจอ	เจอ	เจ่อ	เจ้อ	เจ๊อ	เจ๋อ
j	er	jer	jer	jĕr	jèr	jẽr	jér
บ	◌ำ	บำ	บำ	บ่ำ	บ้ำ	บ๊ำ	บ๋ำ
b	am	bam	bam	băm	bàm	bãm	bám
ป	ไ◌	ไป	ไป	ไป่	ไป้	ไป๊	ไป๋
p	ai	pai	pai	păi	pài	pãi	pái
อ	เ◌า	เอา	เอา	เอ่า	เอ้า	เอ๊า	เอ๋า
Ø	ao	ao	ao	ăo	ào	ão	áo

（二）中音子音濁音詞：

下表為中音子音與「短母音」拼音，及加上聲調後的發音練習。

中音子音濁音詞基本調為第二聲，只能有4個聲調變化。 MP3-027

中音子音與「短母音」拼音加聲調							
子音與母音拼音			聲調				
子音	母音	單字	第一聲	第二聲	第三聲	第四聲	第五聲
			———	◌่ （因是基本調，所以拼字時不加聲調符號）	◌้	◌๊	◌๋
			中音	低音 / ˇ	降音 / ˋ	高音 / ˜	升音 / ˊ
ก	◌ะ	กะ		กะ	ก้ะ	ก๊ะ	ก๋ะ
k	a	ka		kă	kà	kã	ká
จ	◌ิ	จิ		จิ	จิ้	จิ๊	จิ๋
j	i	ji		jĭ	jì	jĩ	jí
ต	◌ุ	ตุ		ตุ	ตุ้	ตุ๊	ตุ๋
t	u	tu		tŭ	tù	tũ	tú
บ	เ◌ะ	เบะ		เบะ	เบ้ะ	เบ๊ะ	เบ๋ะ
b	e	be		bĕ	bè	bẽ	bé
ป	แ◌ะ	แปะ		แปะ	แป้ะ	แป๊ะ	แป๋ะ
p	ae	pae		păe	pàe	pãe	páe

อ	โ◌ะ	โอะ		โอะ	โอ้ะ	โอ๊ะ	โอ๋ะ
Ø	o	o		ŏ	ò	õ	ó
ก	เ◌าะ	เกาะ		เกาะ	เก้าะ	เก๊าะ	เก๋าะ
k	or	kor		kŏr	kòr	kõr	kór
จ	เ◌อะ	เจอะ		เจอะ	เจ้อะ	เจ๊อะ	เจ๋อะ
j	er	jer		jĕr	jèr	jẽr	jér
ด	เ◌ียะ	เดียะ		เดียะ	เดี้ยะ	เดี๊ยะ	เดี๋ยะ
d	ia	dia		dĭa	dìa	dĩa	día

（三）單字讀一讀：

MP3-028

單字讀一讀					
單字	音標	中文	單字	音標	中文
กี่	kĭ	幾	กู้	kù	借貸、復甦、搶救
ไก่	kăi	雞	เก่า	kăo	舊
เก๊	kẽ	假	เก้า	kào	玖
แก้	kàe	改、修	แก่	kăe	老、大（年紀）
จ่อ	jŏr	指著、抵著	ก่อ	kŏr	砌、堆
จ้า, จ๋า	jà / já	語氣助詞（表示親切）	เจ้า	jào	你（古語）
ได้	dài	可以、有	ด่า	dă	罵
ตู้	tù	櫃子	ดื้อ	dèu	頑皮、固執
ตำ	tam	搗、刺	ต่ำ	tăm	矮、低
ไต่	tăi	爬	ใต้	tài	南、底下
เต่า	tăo	烏龜	ต่อ	tŏr	疊、接
แต่	tăe	但	บ่า	bă	肩膀
บ้า	bà	瘋癲	ใบ้	bài	啞巴
ป่า	pă	森林	บ่อ	bŏr	井
เป้	pè	背包	ป้า	pà	伯母、姑媽、姨媽
เป้า	pào	標靶	ปี่	pĭ	笛子
เป่า	păo	吹	ปู่	pŭ	爺爺
อ้อ, อ๋อ	òr / ór	語氣助詞	อี	i	稱女生（不雅用語）
อ้า	à	張開	ไอ้	ài	稱男生（不雅用語）

二、高音子音

（一）高音子音清音詞：

下表為高音子音與「長母音」、「4個特殊母音」拼音，及加上聲調後的發音練習。

高音子音清音詞基本調為第五聲，只能有3個聲調變化。 MP3-029

高音子音與「長母音」、「4 個特殊母音」拼音加聲調							
子音與母音拼音			聲調				
			第一聲	第二聲	第三聲	第四聲	第五聲
子音	母音	單字	–––	◌่	◌้	◌๊	◌๋ （因是基本調，所以拼字時不加聲調符號）
			中音	低音 / ˇ	降音 / ˋ	高音 / ˜	升音 / ˊ
ข	◌า	ขา		ข่า	ข้า		ขา
kh	a	khá		khă	khà		khá
ฉ	◌ี	ฉี		ฉี่	ฉี้		ฉี
ch	i	chí		chĭ	chì		chí
ถ	◌ื	ถือ		ถื่อ	ถื้อ		ถือ
th	eu	théu		thĕu	thèu		théu
ผ	◌ู	ผู		ผู่	ผู้		ผู
ph	u	phú		phŭ	phù		phú

ฝ	เ◌	เฝ	เฝ่	เฝ้	เฝ
f	e	fé	fĕ	fè	fé
ส	แ◌	แส	แส่	แส้	แส
s	ae	sáe	săe	sàe	sáe
ห	โ◌	โห	โห่	โห้	โห
h	o	hó	hŏ	hò	hó
ข	◌อ	ขอ	ข่อ	ข้อ	ขอ
kh	or	khór	khŏr	khòr	khór
ฉ	เ◌อ	เฉอ	เฉ่อ	เฉ้อ	เฉอ
ch	er	chér	chĕr	chèr	chér
ถ	◌ำ	ถำ	ถ่ำ	ถ้ำ	ถำ
th	am	thám	thăm	thàm	thám
ส	ไ◌	ไส	ไส่	ไส้	ไส
s	ai	sái	săi	sài	sái
ห	เ◌า	เหา	เห่า	เห้า	เหา
h	ao	háo	hăo	hào	háo

（二）高音子音濁音詞：

下表為高音子音與「短母音」拼音，及加上聲調後的發音練習。

高音子音濁音詞基本調為第二聲，只能有2個聲調變化，這種詞類泰文所使用的單詞並不多，且大部分是基本調的單詞。

MP3-030

高音子音與「短母音」拼音加聲調							
子音與母音拼音		單字	聲調				
			第一聲	第二聲	第三聲	第四聲	第五聲
子音	母音		---	◌่（因是基本調，所以拼字時不加聲調符號）	◌้	◌๊	◌๋
			中音	低音 / ˇ	降音 / ˋ	高音 / ˜	升音 / ˊ
ข	◌ะ	ขะ		ขะ	ข้ะ		
kh	a	khă		khă	khà		
ฉ	เ◌าะ	เฉาะ		เฉาะ	เฉ้าะ		
ch	or	chŏr		chŏr	chòr		
ถ	◌ิ	ถิ		ถิ	ถิ้		
th	i	thĭ		thĭ	thì		
ผ	เ◌ียะ	เผียะ		เผียะ	เผี้ยะ		
ph	ia	phĭa		phĭa	phìa		
ส	แ◌ะ	แสะ		แสะ	แส้ะ		
s	ae	săe		săe	sàe		
ห	โ◌ะ	โหะ		โหะ	โห้ะ		
h	o	hŏ		hŏ	hò		

（三）單字讀一讀：

MP3-031

單字讀一讀					
單字	音標	中文	單字	音標	中文
ข่า	khă	南薑	ข้า	khà	我（古代用詞）
ขี่	khĭ	騎	ขู่	khŭ	威脅
ขี้	khì	大便（屎）	ไข่	khăi	蛋
ไข้	khài	發燒	เข่า	khăo	膝蓋
ฉี่	chĭ	小便（尿）	เข้า	khào	進
ถี่	thĭ	頻率、密度、頻繁	ถ้า	thà	如果
ไถ่	thăi	贖	ถ้ำ	thàm	山洞
เถ้า	thào	灰燼	ผ่า	phă	剖、劈
ฝ้า	fà	黑斑	ผ้า	phà	布
สี่	sĭ	四	สื่อ	séu	媒介、媒體
สู้	sù	打鬥	ใส่	săi	穿
ไส้	sài	腸、餡	แส่	săe	管閒事
แส้	sàe	鞭子	ห้า	hà	五
ให้	hài	給	เห่า	hăo	（犬、狗）叫
ผู้	phù	者、員、人（位）	เห่อ	hĕr	跟風
เสื่อ	seŭa	席子	เผื่อ	pheŭa	預備、預留

5

三、低音子音

泰語的低音子音有24個，分別是：「ค」、「ฅ」、「ฆ」、「ง」、「ช」、「ซ」、「ฌ」、「ญ」、「ฑ」、「ฒ」、「ณ」、「ท」、「ธ」、「น」、「พ」、「ฟ」、「ภ」、「ม」、「ย」、「ร」、「ล」、「ว」、「ฬ」、「ฮ」。低音子音還分為兩組：

・有高音子音可配對的低音子音——雙低音子音組「อักษรคู่ (ăk-sórn-khù)」：

有14個，分別是：「ค」、「ฅ」、「ฆ」、「ช」、「ฌ」、「ซ」、「ฑ」、「ฒ」、「ท」、「ธ」、「พ」、「ภ」、「ฟ」、「ฮ」。

聲調變化規則方面，高音子音和低音子音的清音詞，各只能有3個聲調變化。不過，高音子音和低音子音配對時，類似音組別的子音，可使其清音詞互補成完整的5個聲調的變化。「雙低音子音」和「高音子音」有類似的發音可配對，例如：「ค ฅ ฆ (ข ฃ)」、「ช ฌ (ฉ)」、「ซ (ศ ษ ส)」、「ฑ ฒ ท ธ (ฐ ถ)」、「พ ภ (ผ)」、「ฟ (ฝ)」、「ฮ (ห)」。

・無高音子音可配對的低音子音——單低音子音組「อักษรเดี่ยว (ăk-sórn-dĭao)」：

有10個，分別是：「ง」、「ญ」、「ย」、「น」、「ณ」、「ม」、「ร」、「ล」、「ฬ」、「ว」。如果要讓這些單低音子音的清音詞可以有完整的5個聲調變化，需在這些子音前方加前引字「ห」。前引字「ห」不發聲，是高音子音，低音子音加此前引字，視同高音子音，且須按照高音子音聲調變化的規則。

（一）雙低音子音清音詞：

下表為雙低音子音與「長母音」、「4個特殊母音」拼音，及加上聲調後的發音練習。

低音子音清音詞基本調為第一聲，只能有3個聲調變化，聲調符號第二聲時要

發第三聲、聲調符號第三聲時要發第四聲。

MP3-032

低音子音與「長母音」、「4 個特殊母音」拼音加聲調							
子音與母音拼音		單字	聲調				
子音	母音		第一聲 – – – 中音	第二聲 ◌่ 低音 / ˇ	第三聲 ◌้ 降音 / ˋ	第四聲 ◌๊ 高音 / ˜	第五聲 ◌๋ 升音 / ˊ
ค	◌า	คา	คา		ค่า	ค้า	
kh	a	kha	kha		khà	khã	
ช	◌ี	ชี	ชี		ชี่	ชี้	
ch	i	chi	chi		chì	chĩ	
ท	◌ือ	ทือ	ทือ		ทื่อ	ทื้อ	
th	eu	theu	theu		thèu	thẽu	
พ	◌ู	พู	พู		พู่	พู้	
ph	u	phu	phu		phù	phũ	
ฟ	เ◌	เฟ	เฟ		เฟ่	เฟ้	
f	e	fe	fe		fè	fẽ	
ซ	แ◌	แซ	แซ		แซ่	แซ้	
s	ae	sae	sae		sàe	sãe	
ฮ	โ◌	โฮ	โฮ		โฮ่	โฮ้	
h	o	ho	ho		hò	hõ	

ค	◌อ	คอ	คอ		ค่อ	ค้อ	
kh	or	khor	khor		khòr	khõr	
ธ	เ◌อ	เธอ	เธอ		เธ่อ	เธ้อ	
th	er	ther	ther		thèr	thẽr	
ท	◌ํา	ทำ	ทำ		ท่ำ	ท้ำ	
th	am	tham	tham		thàm	thãm	
ซ	ไ◌	ไซ	ไซ		ไซ่	ไซ้	
s	ai	sai	sai		sài	sãi	
ฮ	เ◌า	เฮา	เฮา		เฮ่า	เฮ้า	
h	ao	hao	hao		hào	hão	

（二）雙低音子音清音詞與高音子音清音詞：

下表為雙低音子音清音詞與高音子音清音詞，互補的5個聲調變化的發音練習。

共有7組，分別為：「ค ฅ ฆ (ข ฃ)」、「ช ฌ (ฉ)」、「ซ (ศ ษ ส)」、「ฑ ฒ ท ธ (ฐ ถ)」、「พ ภ (ผ)」、「ฟ (ฝ)」、「ฮ (ห)」，括弧為高音子音。

MP3-033

雙低音子音清音詞與高音子音清音詞，互補的 5 個聲調變化發音						
子音與母音拼音		聲調				
子音	母音	第一聲	第二聲	第三聲	第四聲	第五聲
		---	◌่	◌้	◌๊	◌๋
		中音	低音 / ˇ	降音 / 、	高音 / ˜	升音 / ˊ
ค(ข)	◌า	คา	ข่า	ค่า(ข้า)	ค้า	ขา
kh	a	kha	khă	khà	khã	khá
ช(ฉ)	◌ี	ชี	ฉี่	ชี่(ฉี้)	ชี้	ฉี
ch	i	chi	chĭ	chì	chĩ	chí
ท(ถ)	◌ื	ทือ	ถื่อ	ที่อ(ถื้อ)	ทื้อ	ถือ
th	eu	theu	thĕu	thèu	thẽu	théu
พ(ผ)	◌ู	พู	ผู่	พู่(ผู้)	พู้	ผู
ph	u	phu	phŭ	phù	phũ	phú

ฟ(ฝ)	เ◌	เฟ	เฝ่	เฟ่(เฝ้)	เฟ้	เฝ
f	e	fe	fě	fè	fẽ	fé
ซ(ส)	แ◌	แซ	แส่	แซ่(แส้)	แซ้	แส
s	ae	sae	sǎe	sàe	sãe	sáe
ฮ(ห)	โ◌	โฮ	โห่	โฮ่(โห้)	โฮ้	โห
h	o	ho	hǒ	hò	hõ	hó
ค(ข)	◌อ	คอ	ข่อ	ค่อ(ข้อ)	ค้อ	ขอ
kh	or	khor	khǒr	khòr	khõr	khór
ธ(ถ)	เ◌อ	เธอ	เถ่อ	เธ่อ(เถ้อ)	เธ้อ	เถอ
th	er	ther	thěr	thèr	thẽr	thér
ท(ถ)	◌ำ	ทำ	ถ่ำ	ท่ำ(ถ้ำ)	ท้ำ	ถำ
th	am	tham	thǎm	thàm	thãm	thám
ซ(ส)	ใ◌(ไ◌)	ใซ	ใส่	ใซ่(ใส้)	ใซ้	ใส
s	ai	sai	sǎi	sài	sãi	sái
ฮ(ห)	เ◌า	เฮา	เห่า	เฮ่า(เห้า)	เฮ้า	เหา
h	ao	hao	hǎo	hào	hão	háo

註：聲調第三聲時，2 組子音都可以發音。

（三）單字讀一讀：

MP3-034

單字讀一讀					
單字	音標	中文	單字	音標	中文
ค่า	khà	價值	ค้า	khã	買賣
คี่	khì	奇數（單數）	คือ	kheu	是
คู่	khù	偶數（雙數）	คำ	kham	字、詞
ค่ำ	khàm	晚	ค้ำ	khãm	撐、扶
ช้า	chã	慢	ชี	chi	尼姑
ชี้	chĩ	指	ชื่อ	chèu	名字
ชู้	chũ	通姦	ช้ำ	chãm	撞軟（水果）、瘀青
ใช่	chài	是	ใช้	chãi	使、用
เช้า	chão	早	ที่	thì	第、地點
เท่า	thào	對等、倍數	เท้า	thão	腳
พา	pha	帶	พี่	phì	哥哥、姊姊
ไพ่	phài	撲克牌	ฟ้า	fã	天空、天藍（色）
ซี่	sì	顆（牙）、條	ซื่อ	sèu	誠實、老實
ซื้อ	sẽu	買	ซ้ำ	sàm	重複

（四）單低音子音清音詞：

下表為單低音子音與「長母音」、「4個特殊母音」拼音，及加上聲調後的發音練習。

低音子音清音詞基本調為第一聲，只有3個聲調變化，聲調符號第二聲時要發第三聲、聲調符號第三聲時要發第四聲。

MP3-035

單低音子音與「長母音」、「4 個特殊母音」拼音加聲調							
子音與母音拼音			聲調				
子音	母音	單字	第一聲	第二聲	第三聲	第四聲	第五聲
			–––	◌่	◌้	◌๊	◌๋
			中音	低音 / ˇ	降音 / ˋ	高音 / ˜	升音 / ˊ
ง	◌า	งา	งา		ง่า	ง้า	
ng	a	nga	nga		ngà	ngã	
ย	◌ี	ยี	ยี		ยี่	ยี้	
y	i	yi	yi		yì	yĩ	
ม	◌ื	มือ	มือ		มื่อ	มื้อ	
m	eu	meu	meu		mèu	mẽu	
น	◌ู	นู	นู		นู่	นู้	
n	u	nu	nu		nù	nũ	
ว	แ◌	แว	แว		แว่	แว้	
w	ae	wae	wae		wàe	wãe	

ร	เ◌	เร	เร	เร่	เร้
r	e	re	re	rè	rẽ
ล	โ◌	โล	โล	โล่	โล้
l	o	lo	lo	lò	lõ
ง	◌อ	งอ	งอ	ง่อ	ง้อ
ng	or	ngor	ngor	ngòr	ngõr
น	เ◌อ	เนอ	เนอ	เน่อ	เน้อ
n	er	ner	ner	nèr	nẽr
ล	◌ำ	ลำ	ลำ	ล่ำ	ล้ำ
l	am	lam	lam	làm	lãm
ร	ไ◌	ไร	ไร	ไร่	ไร้
r	ai	rai	rai	rài	rãi
ย	เ◌า	เยา	เยา	เย่า	เย้า
y	ao	yao	yao	yào	yão
น	เ◌ือ	เนือ	เนือ	เนื่อ	เนื้อ
n	eua	neua	neua	neùa	neũa

（五）單低音子音清音詞加上前引字「ห」：

下表為單低音子音清音詞加上前引字「ห」的5個聲調變化的發音練習。

MP3-036

單低音子音清音詞加上前引字「ห」的 5 個聲調變化發音						
子音與母音拼音		聲調				
子音	母音	第一聲	第二聲	第三聲	第四聲	第五聲
		－－－	◌่	◌้	◌๊	◌๋
		中音	低音 / ˇ	降音 / ˋ	高音 / ˜	升音 / ˊ
ง	◌า	งา	หงา	ง่า(หง้า)	ง้า	หงา
ng	a	nga	ngǎ	ngà	ngã	ngá
ย	◌ี	ยี	หยี่	ยี่(หยี้)	ยี้	หยี
y	i	yi	yǐ	yì	yĩ	yí
ม	◌ู	มู	หมู่	มู่(หมู้)	มู้	หมู
m	u	mu	mǔ	mù	mũ	mú
น	◌ู	นู	หนู่	นู่(หนู้)	นู้	หนู
n	u	nu	nǔ	nù	nũ	nú
ว	แ◌	แว	แหว่	แว่(แหว้)	แว้	แหว
w	ae	wae	wǎe	wàe	wãe	wáe
ร	เ◌	เร	เหร่	เร่(เหร้)	เร้	เหร
r	e	re	rě	rè	rẽ	ré

ล	โ◌	โล	โหล่	โล่(โหล้)	โล้	โหล
l	o	lo	lŏ	lò	lõ	ló
ง	◌อ	งอ	หง่อ	ง่อ(หง้อ)	ง้อ	หงอ
ng	or	ngor	ngŏr	ngòr	ngõr	ngór
น	เ◌อ	เนอ	เหน่อ	เน่อ(เหน้อ)	เน้อ	เหนอ
n	er	ner	nĕr	nèr	nẽr	nér
ล	◌ำ	ลำ	หล่ำ	ล่ำ(หล้ำ)	ล้ำ	หลำ
l	am	lam	lăm	làm	lãm	lám
ร	ไ◌(ใ◌)	ไร	ไหร่	ไร่(ไหร้)	ไร้	ไหร
r	ai	rai	răi	rài	rãi	rái
ย	เ◌า	เยา	เหย่า	เย่า(เหย้า)	เย้า	เหยา
y	ao	yao	yăo	yào	yão	yáo
น	เ◌ือ	เนือ	เหนื่อ	เนื่อ(เหนื้อ)	เนื้อ	เหนือ
n	eua	neua	neŭa	neùa	neũa	neúa

註：

1. 目前沒有使用「หณ」、「หฬ」當作聲母。

2. 聲調第三聲時，2 組子音（有沒有加前引字）都可以發音。

（六）單字讀一讀：

MP3-037

單字讀一讀					
單字	音標	中文	單字	音標	中文
งา	nga	象牙、芝麻	เงา	ngao	影子
เหงา	ngáo	寂寞	เหง้า	ngào	根莖
ไง, ไหง	ngai, ngái	怎樣、如何……	หญ้า	yà	草
ใหญ่	yăi	大	ย่า	yà	奶奶
หย่า	yă	離（婚）、斷	เหย้า	yào	家庭、家室
หนา	ná	厚	หนี	ní	逃
นี่, นี้	nì, nĩ	這	หนี้	nì	債
หนู	nú	老鼠	ไหน	nái	那
ที่ไหน	thì-nái	那裡	หน้า	nà	臉、面、頁、前
หมา	má	狗	หมี	mí	熊
หมู	mú	豬	ไหม	mái	嗎、絲
มื้อ	mẽu	餐、頓	เหมา	máo	包（辦）
ใหม่	măi	新	ไหม้	mài	（燃）燒
หรูหรา	rú-rá	豪華	หรือ	réu	或是、是否

ไร่	rài	田地、泰國量測土地單位：1 ไร่ =1600 平方公尺	เท่าไหร่	thào-răi	多少
ไหล	lái	流	ไหล่	lăi	（路）肩（膀）
เล้า	lão	禽舍	เหล้า	lào	酒
ไล่	lài	追	หวี	wí	梳、梳子
ไหว	wái	搖、震	ไหว้	wài	泰國人行禮的動作（雙手合十）
เนื้อ	neũa	肉	เหนือ	neúa	北、高過於、上方

（七）低音子音濁音詞加聲調的發音練習：

低音子音濁音詞基本調分為「短母音」和「長母音」，都只能有3個聲調變化。低音子音濁音詞短母音基本調為第四聲，而長母音基本調為第三聲，要注意聲調符號第二聲時要發第三聲、聲調符號第三聲時要發第四聲，但聲調符號第五聲時依然是發第五聲。這種詞類泰文所使用的單詞並不多，且使用的大部分是基本調的單詞。

下表為低音子音與短母音拼音練習。　MP3-038

低音子音濁音詞加聲調發音練習							
子音與母音拼音		單字	聲調				
子音	母音		一聲	二聲	三聲	四聲	五聲
			---	◌่	◌้	◌๊（因是基本調，所以拼字時不加聲調符號）	◌๋
			中音	低音 / ˇ	降音 / ˋ	高音 / ˜	升音 / ˊ
ค	◌ะ	คะ			ค่ะ	คะ	ค๋ะ
kh	a	khã			khà	khã	khá
น	◌ะ	นะ			น่ะ	นะ	น๋ะ
n	a	nã			nà	nã	ná
พ	เ◌ียะ	เพียะ			เพี่ยะ	เพียะ	เพี๋ยะ
ph	ia	phĩa			phìa	phĩa	phía

ล	เ◌ะ	เละ	เล่ะ	เละ	เล๊ะ
l	e	lẽ	lè	lẽ	lé
ย	◌ะ	ยะ	ย่ะ	ยะ	ย๊ะ
y	a	yã	yà	yã	yá
น	แ◌ะ	แนะ	แน่ะ	แนะ	แน๊ะ
n	ae	nãe	nàe	nãe	náe

5

（八）單字、詞組讀一讀：

MP3-039

單字、詞組讀一讀					
單字	音標	中文	單字	音標	中文
ขาไก่	khá-kăi	雞腿	ที่เก้า	thì-kào	第九
เป่าปี่	păo-pĭ	吹笛子	สี่ปี	sĭ-pi	四年
ใส่เสื้อ	săi-seùa	穿上衣	บู้บี้	bù-bì	凹凸變形
ผ้าดี	phà-di	好布	ป่าไผ่	pă-phăi	竹林
ตู้เก่า	tù-kăo	舊櫃子	ใจป้ำ	jai-pàm	乾脆、大方
ไข่ไก่	khăi-kăi	雞蛋	ให้ดู	hài-du	給看
ทำได้	tham-dài	可以做	จำได้	jam-dài	記得
ผู้ดี	phù-di	貴族	เขาดื้อ	kháo-dèu	他固執
ขี้ตา	khì-ta	眼屎	เต้าหู้	tào-hù	豆腐
เข้าใจ	khào-jai	了解	เช้านี้	chão-nĩ	今早
กี่ปี	kĭ-pi	幾年	ให้กู้	hài-kù	放貸
บ่าไหล่	bă-lăi	肩膀	เต่าดำ	tăo-dam	黑烏龜
ซื้อนา	sẽu-na	買田	น้ำใส	nãm-sái	清澈的水
น้ำใจ	nãm-jai	良心	ผ้าไหม	phà-mái	絲綢

น้ำเต้าหู้	nãm-tào-hù	豆漿	พี่ใหญ่	phì-yǎi	大哥、大姊
พ่อแม่	phòr-màe	爸媽	ตู้ยา	tù-ya	藥櫃
หมูป่า	mú-pǎ	野豬	ทำไร่	tham-rài	種田
เก่าแก่	kǎo-kǎe	古老、老舊	เอาเข้ามา	ao-khào-ma	拿進來
ห้านาที	hà-na-ti	五分鐘	เสื้อตัวใหญ่	seùa-tuo-yǎi	大件上衣

5

練習單五：拼讀練習

MP3-040

請拼讀並寫出「單字 / 詞組 / 句子」音節發音（聲調）的音調（拉丁符號）。

單字 / 詞組 / 句子	音調（拉丁）符號	中文
例：อาสา	-- ´	自願
例：วิธี	˜ --	方法、方式
ท้อแท้		沮喪、退縮
ผ้าดี		好布
ขี้ไก่		雞糞
งูเห่า		眼鏡蛇
หมีดำ		黑熊
เชื่อถือ		信任、信賴
ไปฉี่		去尿
เมื่อกี้		剛才
ถั่วดำ		黑豆
ทั่วไป		普遍
เนื้อวัว		牛肉
ชั่วดี		好壞

เก้าปี	九年
ซื้อตั๋ว	買票
เสื้อผ้า	衣服
ตะกั่ว	鉛
เสียใจ	傷心、難過
ทำดีได้ดี	行好得好 （好有好報）
เขาไม่ไป	他不去。
แม่ไปซื้อไข่ไก่	媽媽去買雞蛋。
ซื้อเสื้อสีดำห้าตัว	買五件黑色上衣。

泰語的語尾助詞、人稱代詞

（一）語尾助詞

泰國人為表示禮貌，會根據個人性別，使用不同的語尾助詞，例如男生會用「**ครับ** (khráb)」，女生會用「**ค่ะ** (khà)」。

（二）人稱代詞

泰國人稱呼自己，也就是「我」時，會依對方的輩分而使用不同的字。一般認識的人，例如同學或朋友間，也會有不同的稱謂。其中，「**ฉัน** (chán)」是不分性別誰都可使用，而男生專用的代名詞為「**ผม** (phóm)」，女生專用的代名詞為「**ดิฉัน** (dǐ-chán)」，這些都是屬於比較正式的用法。同時，泰國人也常用「自己名字」來稱呼自己，既簡單又明瞭。

至於稱呼對方，可以用「**เธอ** (ther)」、「**คุณ** (khun)」或「對方的名字」。

「**เธอ** (ther)」在非正式場合使用，不分性別。此外，這個字也可用來稱呼談話之中所講到的第三人稱的女生。而「**คุณ** (khun)」一般用來尊稱對方，屬禮貌用語。

另外，熟悉的朋友或同儕之間的談話，也會稱呼自己「**กู** (ku)」或「**ข้า** (khà)」，稱呼對方為「**มึง** (meung)」或「**แก** (kae)」，但都屬於不雅用語，不宜使用。

對長輩或受尊敬的人，例如：小孩對長輩如父母、奶奶、爺爺等，對話時男生應自稱「**ผม** (phóm)」，女生應自稱「**หนู** (nú)」；或者學生在跟老師對話，學生表示「我」時也會用這兩個字。而長者在談話時也會以不分性

別的「หนู (nú)」稱年幼的對方。

泰語「คุณ (khun)」是你的意思，但有時會用來表達尊稱，常用方式有：「คุณ (khun)」放在對方的名字前方有尊稱「先生」或「小姐」之意，例如：「คุณหลี่ (khun-lě)」，意思即為李先生或李小姐等。

為了表達尊重，泰語常用職業、身分來取代第二或第三人稱，並在職業、身分前方加「คุณ (khun)」或「ท่าน (thàn)」來稱呼對方，例如：「ท่านผู้พิพากษา (thàn-phù-phĩ-phàg-sá)」（法官大人）、「คุณครู (khun-khru)」（老師）、「คุณหมอ (khun-mór)」（醫生）、「คุณพ่อ (khun-phòr)」（爸爸）、「คุณแม่ (khun-màe)」（媽媽）、「คุณท่าน (khun-thàn)」（老爺）等。但有些稱呼例如：「คุณเธอ (khun-ther)」（她）為第三人稱時，有諷刺、侮辱的含意，須謹慎使用。

5

memo

第 6 章

ตอนที่ ๖ ฝึกออกเสียงพยัญชนะประสมสระมีตัวสะกดและวรรณยุกต์

torn-thì-hŏg fĕug-ŏrg-síang-phå-yan-chå-nã-
pră-sóm-så-ră-mi-tuo-să-kŏd-lãe-wan-nå-yũg

中、高、低音子音與母音、尾音拼音，加上聲調發音練習

開始前的小提醒：วรรณยุกต์ (wan-nå-yũg) 聲調

泰語是聲調語言，用不同聲調表達詞彙的高低音調及不同的意思。泰語有5個聲調、4個聲調符號。要注意的是，不論有無聲調符號，泰語的每個音節都有聲調，而無聲調符號的音就是「基本調」「พื้นเสียง (pheũn-síang)」，但不一定是聲調第一聲。音節實際發出的聲調，也不一定與音節出現的聲調符號同聲（低音子音會有的現象）。

MP3-009

泰語聲調				
聲調	聲調名稱	聲調符號	符號名稱	拉丁（音調）符號
第一聲（中音調）	สามัญ (sá-man)	無	--	--
第二聲（低音調）	เอก (ĕg)	◌่	ไม้เอก (mãi-ĕg)	ˇ
第三聲（降音調）	โท (tho)	◌้	ไม้โท (mãi-tho)	ˋ
第四聲（高音調）	ตรี (tri)	◌๊	ไม้ตรี (mãi-tri)	˜
第五聲（升音調）	จัตวา (jăd-tå-wa)	◌๋	ไม้จัตวา (mãi-jăd-tå-wa)	ˊ

（一）可能影響到一個音節聲調的因素有：

1. 聲調符號。
2. 子音音域組（分為中音、高音及低音3組，詳細的說明請見第二章子音音域組部分）：

（1）中音子音有9個：ก、จ、ด、ต、ฎ、ฏ、บ、ป、อ

（2）高音子音有11個：ข、ฃ、ฉ、ฐ、ถ、ผ、ฝ、ศ、ษ、ส、ห

（3）低音子音有24個：ค、ฅ、ฆ、ง、ช、ซ、ฌ、ญ、ฑ、ฒ、ณ、ท、ธ、น、พ、ฟ、ภ、ม、ย、ร、ล、ว、ฬ、ฮ

3. 清音詞、濁音詞，分辨條件為：

（1）清音詞：

- 音節的母音為長母音，且無尾音。
- 音節的母音可能是長母音或短母音，有清尾音組的尾音（ง、น、ม、ย、ว）。
- 音節的母音為「ำ」、「ใ」、「ไ」、「เา」4個特殊母音。

（2）濁音詞：

- 音節的母音為短母音，且無尾音。
- 音節的母音可能是長母音或短母音，有濁尾音組的尾音（ก、ด、บ）。

註：清音詞和濁音詞指的「詞」，就是所謂的音節。

6

（二）聲調變化的規則：

1. 中音子音：

（1）中音子音清音詞：基本調為聲調第一聲（中音調），有完整的5個聲調變化。

（2）中音子音濁音詞：基本調為聲調第二聲（低音調「ˇ」），只有第二、三、四、五聲等4個聲調變化。

2. 高音子音：

（1）高音子音清音詞：基本調為聲調第五聲（升音調「ˊ」），只有第二、三、五聲等3個聲調變化。

（2）高音子音濁音詞：基本調為聲調第二聲（低音調「ˇ」），只有第二、三聲等2個聲調變化。

3. 低音子音：

（1）低音子音清音詞：基本調為聲調第一聲（中音調），只有第一、三（二聲符號）、四聲（三聲符號）等3個聲調變化。

（2）低音子音濁音詞依母音分為：

- 低音子音短母音濁音詞：基本調為聲調第四聲（高音調「˜」），只有第三（二聲符號）、四聲、五聲等3個聲調變化。
- 低音子音長母音濁音詞：基本調為聲調第三聲（降音調「ˋ」），只有第三、四聲（符號三聲）、五聲等3個聲調變化。

聲調變化的規則及範例

子音詞類	可變化聲調	基本調	第一聲	第二聲	第三聲	第四聲	第五聲
中音子音清音詞	5	第一聲	กา	ก่า	ก้า	ก๊า	ก๋า
中音子音濁音詞	4	第二聲		จะ	จ่ะ	จ๊ะ	จ๋ะ
高音子音清音詞	3	第五聲		ข่า	ข้า		ขา
高音子音濁音詞	2	第二聲		สาบ	ส้าบ		
低音子音清音詞	3	第一聲	คา		ค่า	ค้า	
低音子音短母音濁音詞	3	第四聲			ค่ะ	คะ	ค๋ะ
低音子音長母音濁音詞	3	第三聲			คาด	ค้าด	ค๋าด

註：

1. 有特別色處代表基本調「**พื้นเสียง** (pheũn-síang)」是音節發出無聲調符號的音。

2. 如上表，可發現基本調不一定是聲調第一聲，當子音組別和子音詞類不同時，會有不同的基本調。

3. 唯有中音子音清音詞，有完整的 5 個聲調變化。

4. 低音子音會出現聲調與聲調符號不一致的現象（表中框字，符號二聲時發第三聲；符號三聲時發第四聲），但符號五聲依然發第五聲。

一、中音子音

（一）中音子音清音詞加尾音：

下表為中音子音與長或短母音拼音，加上「清尾音組」（「ง」、「น」、「ม」「ย」、「ว」）的發音練習。中音子音清音詞基本調為第一聲，有完整的5個聲調變化。

MP3-041

中音子音清音詞加尾音								
子音與母音拼音加尾音			單字	聲調				
子音	母音	尾音		第一聲	第二聲	第三聲	第四聲	第五聲
				---	◌่	◌้	◌๊	◌๋
				中音	低音 / ˇ	降音 / ˋ	高音 / ˜	升音 / ˊ
ก	◌า	ง	กาง	กาง	ก่าง	ก้าง	ก๊าง	ก๋าง
k	a	ng	kang	kang	kǎng	kàng	kãng	káng
จ	◌ิ	น	จิน	จิน	จิ่น	จิ้น	จิ๊น	จิ๋น
j	i	n	jin	jin	jǐn	jìn	jĩn	jín
ด	◌ื	ม	ดืม	ดืม	ดื่ม	ดื้ม	ดื๊ม	ดื๋ม
d	eu	m	deum	deum	děum	dèum	dẽum	déum
ต	◌ุ	ย	ตุย	ตุย	ตุ่ย	ตุ้ย	ตุ๊ย	ตุ๋ย
t	u	i	tui	tui	tǔi	tùi	tũi	túi

บ	เ◌	ง	เบง	เบง	เบ่ง	เบ้ง	เบ๊ง	เบ๋ง
b	e	ng	beng	beng	běng	bèng	bẽng	béng
ป	แ◌	ว	แปว	แปว	แป่ว	แป้ว	แป๊ว	แป๋ว
p	ae	w	paew	paew	pǎew	pàew	pãew	páew
อ	◌อ	น	ออน	ออน	อ่อน	อ้อน	อ๊อน	อ๋อน
Ø	or	n	orn	orn	ǒrn	òrn	õrn	órn
ก	โ◌ะ*	ม	กม	กม	ก่ม	ก้ม	ก๊ม	ก๋ม
k	o	m	kom	kom	kǒm	kòm	kõm	kóm

註：「*」處須注意，母音「โ◌ะ」加上尾音時，會產生簡化現象。

130

（二）中音子音濁音詞加尾音：

下表為中音子音與長或短母音拼音，加上「濁尾音組」（「ก」、「ด」、「บ」）的發音練習。中音子音濁音詞基本調為第二聲，只能有4個聲調變化。

MP3-042

中音子音濁音詞加尾音								
子音與母音拼音加尾音			單字	聲調				
				第一聲	第二聲	第三聲	第四聲	第五聲
子音	母音	尾音		–––	◌่（因是基本調，所以拼字時不加聲調符號）	◌้	◌๊	◌๋
				中音	低音 / ˇ	降音 / 、	高音 / ˜	升音 / ˊ
ก	◌ะ*	ก	กัก		กัก	กั้ก	กั๊ก	กั๋ก
k	a	g	kag		kag	kàg	kãg	kág
จ	◌ี	ด	จีด		จีด	จี้ด	จี๊ด	จี๋ด
j	i	d	jid		jid	jìd	jĩd	jíd
ด	◌า	บ	ดาบ		ดาบ	ด้าบ	ด๊าบ	ด๋าบ
d	a	b	dab		dab	dàb	dãb	dáb
ต	◌ุ	ก	ตุก		ตุก	ตุ้ก	ตุ๊ก	ตุ๋ก
t	u	g	tug		tug	tùg	tũg	túg
บ	◌ู	ด	บูด		บูด	บู้ด	บู๊ด	บู๋ด
b	u	d	bud		bud	bùd	bũd	búd

ป	แ◌	บ	แปบ	แปบ	แป้บ	แป๊บ	แป๋บ
p	ae	b	paeb	paeb	pàeb	pãeb	páeb
อ	◌อ	ก	ออก	ออก	อ้อก	อ๊อก	อ๋อก
Ø	or	g	org	org	òrg	õrg	órg
ก	◌า	ด	กาด	กาด	ก้าด	ก๊าด	ก๋าด
k	a	d	kad	kad	kàd	kãd	kád
ด	เ◌	บ	เดบ	เดบ	เด้บ	เด๊บ	เด๋บ
d	e	b	deb	deb	dèb	dẽb	déb

註：「*」處須注意，母音「◌ะ」加上尾音時，會產生變化的現象。

（三）單字讀一讀：

MP3-043

單字讀一讀					
單字	音標	中文	單字	音標	中文
กาง	kang	張開、攤開	ก้าง	kàng	（魚）刺
กุ้ง	kùng	蝦	ก้าน	kàn	（草木的）莖、梗、柄
กาย	kai	身	กาว	kao	膠
กับ	kăb	和、跟	กิน	kin	吃
จืด	jĕud	淡	จาน	jan	盤
จึง	jeung	就、所以、這麼、因此	จ่าย	jăi	付
ดัง	dang	大聲、出名的	ดัน	dan	推
ด่าน	dăn	關口、界線	ดิน	din	泥土
ด้าม	dàm	柄、把、支（量詞）	ดาว	dao	星星
ดื่ม	dĕum	喝	แดง	daeng	紅
ต่าง	tăng	差別、同樣	ตื่น	tĕun	醒、驚恐
ตัน	tan	堵住	ตาย	tai	死
ตอน	torn	段、節、集	บิน	bin	飛
บาง	bang	薄	บ้าง	bàng	些許

6

บ่าย	băi	下午（時段）	บ้าน	bàn	房子、家
ปืน	peun	槍	อาย	ai	害羞、羞恥、慚愧
อ่าน	ăn	讀、唸	อัน	an	個、這、樣、等等
อื่น	eŭn	其他	อุ่น	ŭn	暖、溫
แอบ	aĕb	躲、藏	อาบ	ăb	洗（澡）
ออก	ŏrg	出、生	ตัก	tăg	舀、盛、大腿合起來中間的部位
ตก	tŏg	掉、落	บูด	bŭd	酸腐
กัด	kăd	咬	จับ	jăb	抓、逮
ปาก	păg	口、嘴	ดับ	dăb	熄、滅、除、停

（四）單字、詞組、句子讀一讀： MP3-044

單字、詞組、句子讀一讀		
單字	音標	中文
กางเกง	kang-keng	褲子
แกงจืด	kaeng-jěud	清湯
ก้าวหน้า	kào-nà	進步
ดูป้าย	du-pài	看牌子
จืดจาง	jěud-jang	淡薄、淡漠
ต่างกัน	tăng-kan	差別
ตื่นเช้า	těun-chào	早起
ดึงดัน	deung-dan	固執、頑固
ดาวตก	dao-tǒg	流星、隕石
ไฟดับ	fai-dǎb	停電、火熄滅
อ้าปาก	à-pǎg	張嘴
อุดตัน	ǔd-tan	阻塞
บุ่มบ่าม	bǔm-bǎm	匆忙行事（冒失地做）
บูดเน่า	bǔd-nào	臭酸腐爛

จ่ายตังค์	jăi-tang	付錢
อ้างอิง	àng-ing	依據
แอบอ้าง	ăeb-àng	冒充
น้ำอุ่น	nãm-ŭn	溫水
อับอาย	ăb-ai	丟臉
หน้าบึ้ง	nà-bèung	擺臭臉
บึงน้ำ	beung-nãm	湖水
ใส่ปุ๋ย	săi-púi	施肥
บางเบา	bang-bao	輕薄
ดื่มกาแฟ	dĕum-ka-fae	喝咖啡
อ่างอาบน้ำ	ăng-ăb-nãm	浴缸
อาบน้ำอุ่น	ăb-nãm-ŭn	洗溫水（熱水）澡
ดอกไม้บาน	dŏg-mãi-ban	花朵綻放、花開
นั่งบนตัก	năng-bon-tăg	坐在大腿上
เอาสี่จาน	ao-sĭ-jan	要四盤
บ้านสีแดง	bàn-sí-daeng	紅色的房子
แกงจืดมะระ	kaeng-jĕud-mã-rã	苦瓜清湯

ใส่ร้ายป้ายสี	săi-rãi-pài-sí	誣賴陷害
เขาดื่มอะไร	kháo-dĕum- ă-rai	他喝什麼？
แม่จะซื้ออะไรบ้าง	màe-jă-sĕu- ă-rai-bàng	媽媽要買些什麼？
พ่อจะมา ตอนบ่าย	phòr-jă-ma-torn-băi	下午時段爸爸要來。
ปั้นน้ำ เป็นตัว	pàn-nãm-pen-tuo	捏水成形 （成語：無中生有）

6

二、高音子音

（一）高子音清音詞加尾音：

下表為高音子音與長或短母音拼音，加上「清尾音組」（「ง」、「น」、「ม」、「ย」、「ว」）的發音練習。高音子音清音詞基本調為第五聲，只能有3個聲調變化。

MP3-045

高子音清音詞加尾音								
子音與母音拼音加尾音				聲調				
				第一聲	第二聲	第三聲	第四聲	第五聲
子音	母音	尾音	單字	---	◌่	◌้	◌๊	◌๋（因是基本調，所以拼字時不加聲調符號）
				中音	低音 / ˇ	降音 / ˋ	高音 / ˜	升音 / ˊ
ข	◌า	ง	ขาง		ข่าง	ข้าง		ขาง
kh	a	ng	kháng		khăng	khàng		kháng
ฉ	◌ิ	น	ฉิน		ฉิ่น	ฉิ้น		ฉิน
ch	i	n	chín		chĭn	chìn		chín
ผ	◌ื	น	ผืน		ผื่น	ผื้น		ผืน
ph	eu	n	phéun		phĕun	phèun		phéun
ถ	◌ุ	ย	ถุย		ถุ่ย	ถุ้ย		ถุย
th	u	i	thúi		thŭi	thùi		thúi

ส	เ◌	น	เสน	เส่น	เส้น	เสน
s	e	n	sén	sěn	sèn	sén
ถ	แ◌	ว	แถว	แถ่ว	แถ้ว	แถว
th	ae	w	tháew	thǎew	thàew	tháew
ห	◌อ	ม	หอม	ห่อม	ห้อม	หอม
h	or	m	hórm	hǒrm	hòrm	hórm
ข	โ◌ะ*	ม	ขม	ข่ม	ข้ม	ขม
kh	o	m	khóm	khǒm	khòm	khóm

註：「*」處須注意，母音「โ◌ะ」加上尾音時，會產生簡化的現象。

（二）高音子音濁音詞加尾音：

下表為高音子音與長或短母音拼音，加上「濁尾音組」（「ก」、「ด」、「บ」）的發音練習。高音子音濁音詞基本調為第二聲，只有2個聲調變化。這種詞類泰文所使用的單詞並不多，且大部分是基本調的單詞。 MP3-046

高音子音濁音詞加尾音								
子音與母音拼音加尾音				聲調				
				第一聲	第二聲	第三聲	第四聲	第五聲
子音	母音	尾音	單字	―――	◌่ （因是基本調，所以拼字時不加聲調符號）	◌้	◌๊	◌๋
				中音	低音 / ˇ	降音 / 、	高音 / ˜	升音 / ˊ
ข	◌ะ*	ด	ขัด		ขัด	ขั้ด		
kh	a	d	khăd		khăd	khàd		
ห	◌า	บ	หาบ		หาบ	ห้าบ		
h	a	b	hăb		hăb	hàb		
ข	◌ะ*	ก	ขัก		ขัก	ขั้ก		
kh	a	g	khăg		khăg	khàg		
ฉ	◌ี	ด	ฉีด		ฉีด	ฉี้ด		
ch	i	d	chĭd		chĭd	chìd		
ถ	◌ึ	ก	ถึก		ถึก	ถึ้ก		
th	eu	g	thĕug		thĕug	thèug		

ส	◌ุ	ด	สุด		สุด	สุ้ด
s	u	d	sǔd		sǔd	sùd

ฝ	◌า	ก	ฝาก		ฝาก	ฝ้าก
f	a	g	fǎg		fǎg	fàg

註：「＊」處須注意，母音「◌ะ」加上尾音時，會產生變化的現象。

6

141

（三）單字讀一讀：

MP3-047

單字讀一讀					
單字	音標	中文	單字	音標	中文
ข้าง	khàng	邊、旁	ขัน	khán	瓢、啼、轉（螺絲）
ขึ้น	khèun	上、升	ข้าม	khàm	越（過）、渡（船）
ขับ	khăb	開（駕駛）	ขาย	khái	賣、售
ขาว	khao	白	ข่าว	khăo	新聞
ข้าว	khào	飯、米、餐	ฉิ่ง	chĭng	小鈸
ฉัน	chán	我（第一人稱代詞）、吃（僧人用語）	ฉีด	chĭd	打（針）、噴
ถูก	thŭg	對、便宜	ถิ่น	thĭn	家鄉、地方
แถว	tháew	行、排、列	ผึ้ง	phèung	蜜蜂
ผิด	phĭd	錯	ผืน	phéun	片、塊（量詞）
ผม	phóm	我（男生用第一人稱代詞）	ฝั่ง	făng	岸
ฝัน	fán	夢	ฝิ่น	fĭn	鴉片
ฝุ่น	fŭn	灰塵	ฝ่าย	făi	批、組、邊……等等
ฝาก	făg	托、寄放	สั่ง	săng	（命）令、點（餐）、叫（貨）
ฝ้าย	fài	棉線、棉布、棉織品	สั่น	săn	抖

6

สั้น	sàn	短、近（視）	สาย	sái	遲、晚、長條狀（繩）
สอง	sórng	兩、二	สิว	síw	痘痘
สับ	săb	剁	หาก	hăg	假如
หาง	háng	尾巴	ห่าง	hăng	離、遠
ห้าง	hàng	店鋪	หุง	húng	煮（飯）
ห้าม	hàm	禁止	หิว	hĭw	餓
สิบ	sĭb	拾	หัด	hăd	練習、麻疹
ขิง	khíng	薑	สุก	sŭg	熟

（四）單字、詞組、句子讀一讀：

MP3-048

單字、詞組、句子讀一讀		
單字	音標	中文
ข้างใน	khàng-nai	裡面
ไก่ขัน	kǎi-khán	雞啼
ขับขี่	khǎb-khǐ	駕駛
ฝักถั่ว	fǎg-thǔo	豆莢
เนื้อสับ	neũa-sǎb	肉末
ห้ามเข้า	hàm-khào	禁止進入
งาขาว	nga-kháo	白芝麻
กินข้าว	kin-khào	吃飯
เป็นสิว	pen-síw	長痘痘
ดาวหาง	dao-háng	彗星
ฉีดยา	chǐd-ya	打針
ถุงเท้า	thúng-thão	襪子
ขายถูก	khái-thǔg	便宜賣
ผิวดี	phíw-di	皮膚好

ฝันดี	fán-di	好夢
ฝากของ	fǎg-khórng	寄放東西
ถูกผิด	thǔg-phǐd	對錯
ของฝาก	khórng-fǎg	伴手禮
ฝึกหัด	fěug-hǎd	練習、實習
พี่สาว	phì-sáo	姊姊
ฝูงแกะ	fúng-kǎe	綿羊群
สาวจีน	sáo-jin	中國女孩
สามล้อ	sám-lõr	三輪
นิสัย	nĭ-sái	脾氣
ไม้สัก	mãi-sǎg	柚木
อีสาน	i-sán	伊森，泰國東北部的統稱
สิงโต	síng-to	獅子
สินค้า	sín-khã	貨品、產品
สีเขียว	sí-khíao	綠色
หาดใหญ่	hǎd-yǎi	合艾（位於泰國南部的城市）
แม่สาย	mãe-sái	美塞（泰國最北邊與緬甸邊境連接的城市）

6

มะขาม	mã-khám	羅望果
สายตาสั้น	sái-ta-sǎn	近視
อีสุกอีใส	i-sǔg-i-sái	水痘
ต้องกินยาสามเวลา	tòrng-kin-ya-sám-we-la	須服藥三次。
หมอฉีดยาให้ฉัน	mór-chǐd-ya-hài-chán	醫生給我打針。
กินข้าวด้วยกันดีไหม	kin-khào-dùoi-kan-di-mái	一起吃飯好嗎？
ขอน้ำขิงสองถุง	khór-nãm-khíng-sórng-thúng	請給我兩袋薑湯。

三、低音子音

泰語的低音子音有24個，分別是：「ค」、「ฅ」、「ฆ」、「ง」、「ช」、「ซ」、「ฌ」、「ญ」、「ฑ」、「ฒ」、「ณ」、「ท」、「ธ」、「น」、「พ」、「ฟ」、「ภ」、「ม」、「ย」、「ร」、「ล」、「ว」、「ฬ」、「ฮ」。低音子音還分為兩組：

・有高音子音可配對的低音子音——雙低音子音組「อักษรคู่ (ǎk-sórn-khù)」：

有14個，分別是：「ค」、「ฅ」、「ฆ」、「ช」、「ฌ」、「ซ」、「ฑ」、「ฒ」、「ท」、「ธ」、「พ」、「ภ」、「ฟ」、「ฮ」。

聲調變化規則方面，高音子音和低音子音的清音詞，各只能有3個聲調變化。不過，高音子音和低音子音配對時，類似音組別的子音，可使其清音詞互補成完整的5個聲調的變化。「雙低音子音」和「高音子音」有類似的發音可配對，例如：「ค ฅ ฆ (ข ฃ)」、「ช ฌ (ฉ)」、「ซ (ศ ษ ส)」、「ฑ ฒ ท ธ (ฐ ถ)」、「พ ภ (ผ)」、「ฟ (ฝ)」、「ฮ (ห)」。

・無高音子音可配對的低音子音——單低音子音組「อักษรเดี่ยว (ǎk-sórn-dǐao)」：

有10個，分別是：「ง」、「ญ」、「ย」、「น」、「ณ」、「ม」、「ร」、「ล」、「ฬ」、「ว」。如果要讓這些單低音子音的清音詞可以有完整的5個聲調變化，需在這些子音前方加前引字「ห」。前引字「ห」不發聲，是高音子音，低音子音加此前引字，視同高音子音，且須按照高音子音聲調變化的規則。

（一）雙低音子音清音詞加尾音：

下表為雙低音子音與長或短母音拼音，加上「清尾音組」（「ง」、「น」、「ม」、「ย」、「ว」）的發音練習。低音子音清音詞基本調為第一聲，只有3個聲調變化，聲調符號第二聲要發第三聲、聲調符號第三聲要發第四聲。

雙低音子音清音詞加尾音								
子音與母音拼音加尾音				聲調				
				第一聲	第二聲	第三聲	第四聲	第五聲
子音	母音	尾音	單字	— — —	◌่	◌้	◌๊	◌๋
				中音	低音 / ˇ	降音 / 、	高音 / ˜	升音 / ˊ
ค	◌า	ง	คาง	คาง		ค่าง	ค้าง	
kh	a	ng	khang	khang		khàng	khãng	
ช	◌ิ	น	ชิน	ชิน		ชิ่น	ชิ้น	
ch	i	n	chin	chin		chìn	chĩn	
พ	◌ื	น	พืน	พืน		พื่น	พื้น	
ph	eu	n	pheun	pheun		phèun	phẽun	
ท	◌ุ	ย	ทุย	ทุย		ทุ่ย	ทุ้ย	
th	u	i	thui	thui		thùi	thũi	
ซ	เ◌	น	เซน	เซน		เซ่น	เซ้น	
s	e	n	sen	sen		sèn	sẽn	
ท	แ◌	ว	แทว	แทว		แท่ว	แท้ว	
th	ae	w	thaew	thaew		thàew	thãew	

ซ	◌อ	ม	ซอม	ซอม	ซ่อม	ซ้อม
s	or	m	sorm	sorm	sòrm	sõrm
ค	โ◌ะ*	ม	คม	คม	ค่ม	ค้ม
kh	o	m	khom	khom	khòm	khõm

註：「*」處須注意，母音「โ◌ะ」加上尾音時，會產生簡化的現象。

（二）「雙低音子音清音詞」與「高音子音清音詞」互補音加上尾音：

下表為「雙低音子音清音詞」與「高音子音清音詞」互補音加上尾音的5個聲調變化的發音練習。7組互補子音為（括弧為高音子音）：

1. ค ฅ ฆ (ข ฃ)
2. ช ฌ (ฉ)
3. ซ (ศ ษ ส)
4. ฑ ฒ ท ธ (ฐ ถ)
5. พ ภ (ผ)
6. ฟ (ฝ)
7. ฮ (ห)

「雙低音子音清音詞」與「高音子音清音詞」互補音加上尾音

子音與母音拼音加上尾音			聲調				
			第一聲	第二聲	第三聲	第四聲	第五聲
子音	母音	尾音	− − −	◌่	◌้	◌๊	◌๋
			中音	低音 / ˇ	降音 / ˋ	高音 / ˜	升音 / ˊ
ค(ข)	◌า	ง	คาง	ข่าง	ค่าง(ข้าง)	ค้าง	ขาง
kh	a	ng	khang	khăng	khàng	khãng	kháng
ช(ฉ)	◌ิ	น	ชิน	ฉิ่น	ชิ่น(ฉิ้น)	ชิ้น	ฉิน
ch	i	n	chin	chĭn	chìn	chĩn	chín
พ(ผ)	◌ื	น	พืน	ผื่น	พื่น(ผื้น)	พื้น	ผืน
ph	eu	n	pheun	phĕun	phèun	phẽun	phéun
ท(ถ)	◌ุ	ย	ทุย	ถุ่ย	ทุ่ย(ถุ้ย)	ทุ้ย	ถุย
th	u	i	thui	thŭi	thùi	thũi	thúi
ซ(ส)	เ◌	น	เซน	เส่น	เซ่น(เส้น)	เซ้น	เสน
s	e	n	sen	sĕn	sèn	sẽn	sén
ท(ถ)	แ◌	ว	แทว	แถ่ว	แท่ว (แถ้ว)	แท้ว	แถว
th	ae	w	thaew	thăew	thàew	thãew	tháew

ซ(ส)	◌อ	ม	ซอม	ส่อม	ซ่อม (ส้อม)	ซ้อม	สอม
s	or	m	sorm	sǒrm	sòrm	sõrm	sórm
ค(ข)	โ◌ะ*	ม	คม	ข่ม	ค่ม(ข้ม)	ค้ม	ขม
kh	o	m	khom	khǒm	khòm	khõm	khóm

註：

1.「*」處須注意，母音「โ◌ะ」加上尾音時，會產生簡化的現象。

2. 聲調第三聲時，兩組子音都可以發音。

6

（三）單低音子音清音詞加尾音：

下表為單低音子音與長或短母音拼音，加上「清尾音組」（「ง」、「น」、「ม」、「ย」、「ว」）的發音練習。低音子音清音詞基本調為第一聲，只有3個聲調變化，聲調符號第二聲要發聲調第三聲、聲調符號第三聲要發聲調第四聲。

MP3-051

單低音子音清音詞加尾音								
子音與母音拼音加上尾音				聲調				
子音	母音	尾音	單字	第一聲	第二聲	第三聲	第四聲	第五聲
				———	◌่	◌้	◌๊	◌๋
				中音	低音 / ˇ	降音 / ˋ	高音 / ˜	升音 / ˊ
ง	◌า	ม	งาม	งาม		ง่าม	ง้าม	
ng	a	m	ngam	ngam		ngàm	ngãm	
ย	◌ิ	ง	ยิง	ยิง		ยิ่ง	ยิ้ง	
y	i	ng	ying	ying		yìng	yĩng	
ม	◌ื	น	มืน	มืน		มื่น	มื้น	
m	eu	n	meun	meun		mèun	mẽun	
น	◌ุ	ย	นุย	นุย		นุ่ย	นุ้ย	
n	u	i	nui	nui		nùi	nũi	
ว	แ◌	น	แวน	แวน		แว่น	แว้น	
w	ae	n	waen	waen		wàen	wãen	

ร	เ◌ีย	ง	เรียง	เรียง		เรี่ยง	เรี้ยง
r	ia	ng	riang	riang		rìang	rĩang
ล	เ◌ว		เลว	เลว		เล่ว	เล้ว
l	e	o	leo	leo		lèo	lẽo
ล	◌ัว*	ง	ลวง	ลวง		ล่วง	ล้วง
l	uo	ng	luong	luong		lùong	lũong

註:「*」處須注意,母音「◌ัว」加上尾音時,會產生變化的現象。

6

153

（四）單低音子音清音詞加上前引字「ห」再加尾音：

下表為單低音子音清音詞加上前引字「ห」，再加尾音的5個聲調變化的發音練習。

🎧 MP3-052

單低音子音清音詞加上前引字「ห」再加尾音							
子音與母音拼音 加上尾音			聲調				
			第一聲	第二聲	第三聲	第四聲	第五聲
子音	母音	尾音	- - -	◌่	◌้	◌๊	◌๋
			中音	低音 /ˇ	降音 /ˋ	高音 /˜	升音 /ˊ
ง	◌า	ม	งาม	หง่าม	ง่าม (หง้าม)	ง้าม	หงาม
ng	a	m	ngam	ngǎm	ngàm	ngãm	ngám
ญ	◌ิ	ง	ญิง	หญิ่ง	ญิ่ง (หญิ้ง)	ญิ้ง	หญิง
y	i	ng	ying	yǐng	yìng	yĩng	yíng
ม	◌ื	น	มืน	หมื่น	มื่น (หมื้น)	มื้น	หมืน
m	eu	n	meun	měun	mèun	mẽun	méun
น	◌ุ	ย	นุย	หนุ่ย	นุ่ย (หนุ้ย)	นุ้ย	หนุย
n	u	i	nui	nǔi	nùi	nũi	núi
ว	แ◌	น	แวน	แหว่น	แว่น (แหว้น)	แว้น	แหวน
w	ae	n	waen	wǎen	wàen	wãen	wáen

ร	เ◌ีย	ง	เรียง	เหรี่ยง	เรี่ยง(เหรี้ยง)	เรี้ยง	เหรียง
r	ia	ng	riang	rĭang	rìang	rĩang	ríang
ล	เ◌	ว	เลว	เหล่ว	เล่ว(เหล้ว)	เล้ว	เหลว
l	e	o	leo	lĕo	lèo	lẽo	léo
ล	◌ัว*	ง	ลวง	หล่วง	ล่วง(หล้วง)	ล้วง	หลวง
l	uo	ng	luong	lŭong	lùong	lũong	lúong

註：

1. 「*」處須注意，母音「◌ัว」加上尾音時，會產生變化的現象。

2. 聲調第三聲時，兩組子音（有沒有加前引字）都可以發音。

（五）低音子音濁音詞加尾音：

下表為低音子音與長或短母音拼音，加上「濁尾音組」（「ก」、「ด」、「บ」）的發音練習。低音子音濁音詞只有3個聲調變化，低音子音濁音詞與「短母音」拼音基本調為第四聲，而低音子音濁音詞與「長母音」拼音基本調為第三聲。要注意，聲調符號第二聲要發第三聲，聲調符號第三聲要發第四聲，但聲調符號第五聲時依然是發第五聲。這種詞類泰文所使用的單詞並不多，且大部分是基本調的單詞。

MP3-053

低音子音濁音詞加尾音								
子音與母音拼音加上尾音			單字	聲調				
子音	母音	尾音		第一聲 – – – 中音	第二聲 ◌่ 低音 / ˇ	第三聲 ◌้ 降音 / 、	第四聲 ◌๊ 高音 / ˜	第五聲 ◌๋ 升音 / ˊ
พ	◌ะ*	บ	พับ			พั่บ	พับ	พั๋บ
ph	a	b	phãb			phàb	phãb	pháb
ท	◌ึ	ด	ทึด			ทึ่ด	ทึด	ทึ๋ด
th	eu	d	thẽud			thèud	thẽud	théud
ฟ	◌ุ	บ	ฟุบ			ฟุ่บ	ฟุบ	ฟุ๋บ
f	u	b	fũb			fùb	fũb	fúb
ง	โ◌ะ*	ด	งด			ง่ด	งด	ง๋ด
ng	o	d	ngõd			ngòd	ngõd	ngód

ว	◌า	ก	วาก	วาก	ว้าก	ว๊าก
w	a	g	wàg	wàg	wãg	wág
ฟ	◌ู	ด	ฟูด	ฟูด	ฟู้ด	ฟู๊ด
f	u	d	fùd	fùd	fũd	fúd
ค	เ◌	ก	เคก	เคก	เค้ก	เค๊ก
kh	e	g	khèg	khèg	khẽg	khég
น	เ◌ีย	บ	เนียบ	เนียบ	เนี้ยบ	เนี๊ยบ
n	ia	b	nìab	nìab	nĩab	níab
ล	เ◌ีย	บ	เลียบ	เลียบ	เลี้ยบ	เลี๊ยบ
l	ia	b	lìab	lìab	lĩab	líab
ช	เ◌อ*	ด	เชิด	เชิด	เชิ้ด	เชิ๊ด
ch	er	d	chèrd	chèrd	chẽrd	chérd

註：

1. 「*」處須注意，母音「◌ะ」、「โ◌ะ」、「เ◌อ」加上尾音時，會產生變化或簡化的現象。
2. 特色字為基本調。

（六）單字讀一讀1：

MP3-054

單字讀一讀 1					
單字	音標	中文	單字	音標	中文
คาง	khang	下巴	คัน	khan	養、輛（量詞）
คั้น	khãn	壓迫、壓榨	คิ้ว	khĩw	眉毛
ชาย	chai	男	งาน	ngan	工作、事情
งาม	ngam	美麗	ง่าย	ngài	簡單、容易
ชื้น	chẽun	潮濕	ชั่ง	chàng	秤、泰國古時幣值、斤（重量）
ช้าง	chãng	大象	ชิม	chim	嚐
ชาม	cham	大碗	ชัด	chãd	清楚
ลื่น	lèun	滑	งั้น	ngãn	那樣
ซัก	sãg	洗（衣服）	ซีด	sìd	蒼白
ทิ้ง	thĩng	丟、棄	ทั้ง	thãng	皆
ทัน	than	追上、趕上	ทาน	than	吃、施捨
ท่าน	thàn	您（代名詞）	ทุน	thun	資金、資本、獎金
ทุก	thũg	各、每	นั่ง	nàng	坐
นิ่ง	nìng	平靜、安靜、平穩	นั่น, นั้น	nàn, nãn	那

นาน	nan	久、悠久	นิ้ว	nĩw	指（趾）頭、吋
นึ่ง	nèung	蒸	นุ่ม, นิ่ม	nùm, nìm	柔、軟
น้อง	nõrng	弟弟、妹妹	น้อย	nõri	少、小
นิ่ว	nìw	（膽、腎）結石	นัด	nãd	約會
นับ	nãb	數（動詞）	พึ่ง	phèung	依靠、依賴、剛剛
พาน	phan	托盤、高腳盤	พื้น	phẽun	地板、區域
พาย	phai	划（船）	แพง	phaeng	貴
พูด	phùd	說	พัด	phãd	扇
ฟัง	fang	聽	แฟน	faen	男（女）朋友

6

（七）單字讀一讀2：

MP3-055

單字讀一讀 2					
單字	音標	中文	單字	音標	中文
ฟัน	fan	牙齒	ฟูก	fùg	床墊
ม้าม	mãm	脾臟	มุง	mung	圍（觀）、蓋（屋頂）
มีด	mìd	刀	มืด	mèud	暗
แมว	maeo	貓	มอง	morng	視、看
ยัง	yang	尚未	ยืน	yeun	站、立
ยิง	ying	射、打	ยุง	yung	蚊子
ยุ่ง	yùng	忙碌	ยาย	yai	外婆
ย้าย	yãi	搬遷、搬運	ยิ้ม	yĩm	微笑
ยืม	yeum	借	ยาก	yàg	難
ว่าว	wào	風箏	วัย	wai	年齡層
วัน	wan	日、天	วัด	wãd	寺、廟、量
รัง	rang	窩、巢	ร่าง	ràng	形狀、架構、軀體
เรียน	rian	學習	ร้าน	rãn	店、鋪
รัก	rãg	愛	รับ	rãb	接、認

รีบ	rìb	趕		ล่าง	làng	底部
ร้อน	rõrn	熱、燙		เล่น	lèn	玩
ล้าง	lãng	洗		ลุง	lung	伯父、舅父
ล้าน	lãn	百萬、光禿的		ลิ้น	lĩn	舌頭
ล่าม	làm	翻譯、綁		ลาว	lao	寮國
ลิง	ling	猴子		ลืม	leum	忘記
เลี้ยง	lĩang	養、作東（請客）		ลูก	lùg	孩子;個、顆、立（量詞）
ลึก	lẽug	深		ลัก	lãg	偷
โล้น	lõn	禿		เลือด	leùad	血
เลือก	leùag	選		ลื่น	lèun	滑
ร้อง	rõrng	叫、唱		เรียก	rìag	喊
ราบ	ràb	平、坦		วาด	wàd	畫
วาน	wan	請求、拜託、昨天		ว่าย	wài	游
วิ่ง	wìng	奔、跑		ว่าง	wàng	空、無

（八）單字、詞組、句子讀一讀：

MP3-056

單字、詞組、句子讀一讀		
單字	音標	中文
เข้าคิว	khào-khiw	排隊
บังคับ	bang-khãb	強迫、強制
คิดถึง	khĩd-théung	想念
คุกเข่า	khũg-khǎo	跪膝
น้ำมัน	nãm-man	油
ทางเข้า	thang-khào	入口
ระฆัง	rã-khang	大鐘
ลูกรัก	lùg-rãg	寶貝兒女
พักผ่อน	phãg-phǒrn	休息
อุดฟัน	ǔd-fan	補牙
พี่น้อง	phì-nõrng	兄弟姊妹
เพื่อนตาย	pheùan-tai	死黨
ทำงาน	tham-ngan	工作
ชาวนา	chao-na	農民

ชิงช้า	ching-chã	鞦韆
ซักผ้า	sãg-phà	洗衣服
หน้าซีด	nà-sìd	臉色蒼白
วัดตัว	wãd-tuo	量身
ทุกวัน	thũg-wan	每天
วันที่	wan-thì	日期
วันนี้	wan-nĩ	今天
วันแม่	wan-màe	母親節
ว่างงาน	wàng-ngan	無業
ไตวาย	tai-wai	腎衰竭
ร่างกาย	ràng-kai	身軀
ยอมรับ	yorm-rãb	承認
น้ำลึก	nãm-lũg	水深
เลี้ยงข้าว	lĩang-khào	請吃飯
ขาดทุน	khăd-thun	虧本
คางทูม	khang-thum	腮腺炎
มะเฟือง	mã-feuang	楊桃

ทับทิม	thăb-thim	紅寶石、石榴
มังคุด	mang-khũd	山竹
ทุเรียน	thũ-rian	榴槤
มะนาว	mã-nao	檸檬
ฝึกพูด	fĕug-phùd	練習說
นัดแนะ	nãd-nãe	相約
นางงาม	nang-ngam	佳麗
ยินดี	yin-di	高興
ว่ายน้ำ	wài-nãm	游泳
ไข่มุก	khăi-mũg	珍珠
น้ำมูก	nãm-mùg	鼻涕
รังแค	rang-khae	頭皮屑
รับซื้อ	rãb-sẽu	收購
รายได้	rai-dài	收入
รักษา	rãg-sá	治療、保存
วิตามิน	wĩ-ta-min	維他命
ทานตะวัน	than-tă-wan	向日葵

กุ้งนึ่งมะนาว	kùng-nèung-mã-nao	檸檬蒸蝦
ระวังพื้นลื่น	rã-wang-phẽun-lèun	小心地滑。
วันนี้ฉันยุ่งทั้งวันค่ะ	wan-nĩ-chán-yùng-thãng-wan-khà	我今天整天在忙。
เขาย้ายบ้านแล้ว	kháo-yãi-bàn-lãeo	他已搬家了。
แม่ชอบกินมังคุด	màe-chòb-kin-mang-khŭd	媽媽喜歡吃山竹。
ฉันชอบดื่มชามะนาว	chán-chòb-dĕum-cha-mã-nao	我喜歡喝檸檬紅茶。

6

練習單六：拼讀練習

MP3-057

請拼讀並寫出「單字 / 詞組 / 句子」音節發音（聲調）的音調（拉丁符號）。

單字 / 詞組 / 句子	音調（拉丁）符號	中文
例：อาสา	-- ´	自願
例：วิธี	~ --	方法、方式
หมูย่าง		碳烤豬
สะอาด		乾淨
ตากผ้า		曬衣服
คูปอง		禮券
หมาเห่า		狗叫
ญี่ปุ่น		日本
อาเจียน		嘔吐
ตอนเช้า		早上
กันแดด		防曬
น้ำร้อน		熱水
ทันที		立刻、立即
รักตัวเอง		愛自己

ยางพารา	橡膠
นักออกแบบ	設計師
จองห้องพัก	訂房
ข้าวผัดทะเล	海鮮炒飯
แม่รักลูกมาก	媽媽很愛孩子。
น้ำขึ้นให้รีบตัก	水升趕快舀。 （成語：機不可失）
เขาฝึกพูดภาษาจีน	他學習説華語。
ฉันจะไปเมืองไทยห้าวัน	我要去泰國五天。
จองโรงแรมหรือยัง	飯店訂了嗎？

memo

第 7 章

ตอนที่ ๗ สระเปลี่ยนรูป สระลดรูป และตัวสะกด

torn-thì-jĕd så-ră-plĭan-rùb så-ră-lõd-rùb-lãe-tuo-să-kŏd

尾音、變化及簡化母音的發音練習

泰語很多單詞是有尾音拼音的單詞，44個子音中有35個子音可扮演尾音角色。尾音分為8組，包含5組清尾音和3組濁尾音，顧名思義，尾音組別就是依照是否為清音詞和濁音詞來區分。而泰語的32個母音中，當音節有尾音時，有7個母音會產生變化或簡化，在此章節就是要學習，當音節有尾音，可能是「代表子音」或「所屬子音」，而母音有變化或簡化的情況的發音練習。

（一）會變化、簡化的母音，及尾音對照表：

MP3-058

會變化、簡化的母音，及尾音對照表					
母音		尾音			
7 個母音	變化或簡化	8 組尾音 組別	8 組尾音 泰語名稱	代表子音	所屬子音（不含雙子音）
◌ะ (a)	◌ั◌	清尾音組	แม่กง (ng) màe-kong	ง	ง
เ◌ะ (e)	เ◌็◌		แม่กน (n) màe-kon	น	น、ญ、ณ、ร、ล、ฬ、รุ
แ◌ะ (ae)	แ◌็◌		แม่กม (m) màe-kom	ม	ม、มิ
โ◌ะ (o)	—		แม่เกย (i) màe-keri	ย	ย
เ◌าะ (or)	◌็อ		แม่เกอว (o / w / y) màe-kerw	ว	ว
เ◌อ (er)	เ◌ิ◌ เ◌（尾音為 ย 時）	濁尾音組	แม่กก (g) màe-kǒg	ก	ก、ข、ค、ฆ
◌ัว (uo)	◌ว◌		แม่กด (d) màe-kǒd	ด	ด、ต、จ、ช、ซ、ฎ、ฏ、ฐ、ฑ、ฒ、ถ、ท、ธ、ศ、ษ、ส、ติ、ตุ、ธิ、ฒิ
			แม่กบ (b) màe-kǒb	บ	บ、ป、ฟ、ภ、พ

註：「◌ั」稱「ไม้หันอากาศ (mãi-hán-a-kǎd)」
「◌็」稱「ไม้ไต่คู้ (mãi-tǎi-khũ)」

（二）單詞結構分析

此處列舉有尾音的單詞（音節）、拼讀時的書寫方式，以更了解7個母音的變化或簡化，及「所屬子音」必須用「代表子音」發音的規則。

（1）單詞結構分析（尾音為代表子音）： MP3-059

單詞（音節）	音節拼音元素				音標	中文
	子音（聲母）	母音	尾音組	聲調		
เจ็ด	จ	เ◌ะ	ด	二	jěd	柒（數字七大寫）
ขวด	ข	◌ัว	ด	二	khǔod	瓶子
คน	ค	โ◌ะ	น	一	khon	人
ฉัน	ฉ	◌ะ	น	五	chán	我（代詞）、吃（僧人用語）
เด็ก	ด	เ◌ะ	ก	二	děg	孩童
รวย	ร	◌ัว	ย	一	ruoi	富有、豐富
เปิด	ป	เ◌อ	ด	二	perd	打開
นก	น	โ◌ะ	ก	四	nõg	鳥
แข็ง	ข	แ◌ะ	ง	五	kháeng	硬
เนย	น	เ◌อ	ย	一	neri	奶油
ผัก	ผ	◌ะ	ก	二	phǎg	蔬菜

เค็ม	ค	เ◌ะ	ม	一	khem	鹹
เกิด	ก	เ◌อ	ด	一	kěrd	誕生
สวย	ส	◌ัว	ย	五	súoi	漂亮
ช็อก	ช	เ◌าะ	ก	四	chõg	休克、驚嚇
ผม	ผ	โ◌ะ	ม	五	phóm	頭髮、我（男性用代名詞）
เดิน	ด	เ◌อ	น	一	dern	行走
นวด	น	◌ัว	ด	三	nùod	按摩
ธง	ธ	โ◌ะ	ง	一	thong	棋子
กับ	ก	◌ะ	บ	二	kăb	和、跟
เร็ว	ร	เ◌ะ	ว	一	rẽw	快
หก	ห	โ◌ะ	ก	二	hŏg	陸（數字六大寫）
ซวย	ซ	◌ัว	ย	一	suoi	倒楣、運氣差
วัน	ว	◌ะ	น	一	wan	天、日
มด	ม	โ◌ะ	ด	四	mõd	螞蟻
ปวด	ป	◌ัว	ด	二	pŭod	疼痛
สั่ง	ส	◌ะ	ง	二	săng	命令、點（餐）、叫（貨）
บ๊วย	บ	◌ัว	ย	四	bũoi	酸梅

ร่ม	ร	โ◌ะ	ม	三	ròm	傘
ร็อก	ร	เ◌าะ	ก	四	rõrg	搖滾樂
เขย	ข	เ◌อ	ย	五	khéri	女婿
ป่วย	ป	◌ัว	ย	二	pǔoi	生病
เกิน	ก	เ◌อ	น	一	kern	超過
สั้น	ส	◌ะ	น	三	sàn	短
นม	น	โ◌ะ	ม	一	nom	奶
สวม	ส	◌ัว	ม	五	súom	穿、戴
เป็ด	ป	เ◌ะ	ด	二	pěd	鴨子
ฝน	ฝ	โ◌ะ	น	五	fón	雨
อ้วน	อ	◌ัว	น	三	uòn	胖、肥
ส้ม	ส	โ◌ะ	ม	三	sòm	柳橙、酸

7

`

（2）單詞結構分析（尾音為所屬子音）：

MP3-060

註：特色字是該尾音組的「所屬子音」，拼音時要用「代表子音」發音。

單詞結構分析 2（所屬子音）						
單詞（音節）	音節拼音元素				音標	中文
	子音（聲母）	母音	尾音組	聲調		
สุข	ส	◌ุ	ก(ข)	二	sŭg	快樂、幸福
พิษ	พ	◌ิ	ด(ษ)	四	phĩd	毒
คุณ	ค	◌ุ	น(ณ)	一	khun	你
เณร	ณ	เ◌	น(ร)	一	nen	沙彌
ภาพ	ภ	◌า	บ(พ)	三	phàb	圖
บุญ	บ	◌ุ	น(ญ)	一	bun	功德
ศพ	ศ	โ◌ะ	บ(พ)	二	sŏb	屍體
โรค	ร	โ◌	ก(ค)	三	ròg	疾病
รถ	ร	โ◌ะ	ด(ถ)	四	rõd	車
เมฆ	ม	เ◌	ก(ฆ)	三	mèg	雲
ก๊าซ	ก	◌า	ด(ซ)	四	kãd	氣體
ญาติ	ญ	◌า	ด(ติ)	三	yàd	親戚
เชิญ	ช	เ◌อ	น(ญ)	一	chern	請
โลภ	ล	โ◌	บ(ภ)	三	lòb	貪婪

พุธ	พ	◌ุ	ด(ธ)	四	phũd	星期三、水星
เมรุ	ม	เ◌	น(รุ)	一	men	火葬場
วุฒิ	ว	◌ุ	ด(ฒิ)	四	wũd	資格
เพศ	พ	เ◌	ด(ศ)	三	phèd	性別
บาป	บ	◌า	บ(ป)	二	băb	罪惡
ศาล	ศ	◌า	น(ล)	五	sán	法庭
อิฐ	อ	◌ิ	ด(ฐ)	二	ĭd	磚塊
กฎ	ก	โ◌ะ	ด(ฎ)	二	kŏd	規則
สัตว์	ส	◌ะ	ด(ต)	二	săd	動物、畜生

7

練習單七：拼讀練習

MP3-061

請拼讀並寫出「單字 / 詞組 / 句子」音節發音（聲調）的音調（拉丁符號）。

單字 / 詞組 / 句子	音調（拉丁）符號	中文
例：อาสา	-- ˊ	自願
例：วิธี	˜ --	方法、方式
เดือนหน้า		下個月
รอเดี๋ยว		等一下、等一會
รบกวน		麻煩
ขอบคุณ		謝謝
ลูกชิ้น		肉丸
เลือกตั้ง		選舉
ยี่สิบเอ็ด		二十一
นกสองตัว		兩隻鳥
อ่านไม่ออก		看不懂
พูดไม่เป็น		不會說（講）
เห็นแก่ตัว		自私
ซื้อแตงโมสามลูก		買三顆西瓜。
วันนี้วันอะไร		今天星期幾？

ทั้งหมดสามพันบาท	總共三千泰銖。
ผมชื่อสมยศ	我（男）叫宋優。
ยินดีที่ได้รู้จัก	很高興認識你。
ส้มตำไม่ใส่กะปิ	青木瓜沙拉不放蝦醬。
ขอข้าวมันไก่หนึ่งจาน	請給我一盤海南雞飯。
ฉันทำงานวันละแปดชั่วโมง	我每天工作八個小時。
เขากำลังพูดกับหัวหน้า	他正在跟主管講話。
ดิฉันไม่สะดวกพูดค่ะ	我（女）不方便講話。
ลูกค้านัดบ่ายสามโมง	客戶約下午三點。
เราไปเที่ยวสวนสัตว์กันดีไหม	我們去動物園玩好嗎？

7

memo

หน่วยที่ ๒ บทสนทนา

nǔoi-thì-sórng bǒd-són-thǎ-na

第二單元：會話

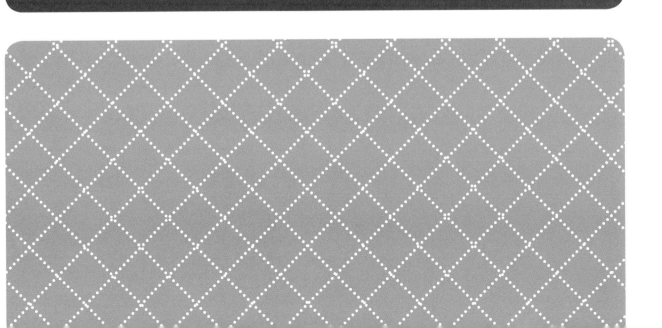

泰語的人稱代名詞

人稱代名詞						
中文	泰文	音標	使用的人稱代名詞			使用時機及含意
			第一人稱	第二人稱	第三人稱	
我	（男）ผม ฉัน / กระผม	phóm chán / krǎ-phóm	✔			一般使用 / 正式或對長輩及長官謙稱自己。
	（女）ฉัน / ดิฉัน	chán / dǐ- chán	✔			一般使用 / 正式使用。
	กู	ku	✔			古代用語，同儕、熟悉朋友之間使用，為不雅用語。
	ข้าพเจ้า	khà-på-jào	✔			正式與書寫時使用。
	ข้าพระพุทธเจ้า	khà-på-phũd-thå-jào	✔			對國王或皇親國戚使用。
	อาตมา	ǎd-tå-ma	✔			和尚自稱。
	（男）กัน	kan	✔			男生之間使用。
	ข้า	khà	✔			古代用語。
	（女）เค้า	khão	✔			女生之間使用。
	อั๊ว	ũo	✔			通常為泰國在地華人使用。
	หนู	nú	✔	✔		第一人稱：女生對長輩謙稱自己。 第二人稱：長者在談話時稱年幼的對方（不分性別）。
	เรา	rao	✔	✔		非正式場合使用，也會用來稱呼對方。
我們	เรา	rao	✔			第一人稱，是我們的意思。

	เธอ	ther	✔	✔	非正式場合使用，不分性別，也可用來稱呼談話人所講到的女性第三人。
	แก	kae	✔	✔	古代用語，同儕之間使用，有不雅含意。
	ตัว	tuo	✔		女生之間使用。
你 / 妳	มึง	meung	✔		古代用語，同儕、熟悉朋友之間使用，為不雅用語。
	เอ็ง	eng	✔		古代用語，同儕之間使用，為不雅用語。
	เจ้า	jào	✔		古代用語。
	คุณ	khun	✔		禮貌用語。
您	ท่าน	thàn	✔	✔	敬稱談話的對方或所講到的第三人（受尊敬的人）。
陛下、殿下	พระองค์	phrã-ong	✔	✔	對國王或皇親國戚使用。
	เขา	kháo		✔	不分性別通用。
他、它	มัน	man		✔	使用於動物或物品上，若用在人身上有冒犯的意思。
	（男）ไอ้	ài		✔	用來稱呼男生，古老用語，有貶抑之意。
她	หล่อน	lŏrn		✔	用於女生上，有貶抑之意。
	อี	e		✔	用來稱呼女生，古老用語，有貶抑之意。

* 泰國人常用個人的小名取代第一或第二人稱。

* 對不認識的人，彼此間也會依照年齡或輩分來稱呼對方，例如：「ตา, ยาย (ta-yai)」（阿公、阿嬤）、「ลุง,ป้า (lung-pà)」（伯父、伯母）、「น้า, อา (nã-a)」（阿姨、叔叔）、「พี่, น้อง (pì-nong)」（兄弟、姊妹）等。

01 บทที่ ๑ ประโยคพื้นฐาน

(bŏd-thì-nĕung prǎ-yŏg-phẽun-thán)

常用對話

一、暖身實用單字

MP3-062

暖身實用單字		
單字	音標	意思
สวัสดี	så-wăd-di	你好
ครับ / ค่ะ	khrãb / khà	禮貌的語尾助詞（男 / 女）
สบายดี	så-bai-di	舒服、平安
ไหม	mái	……嗎？
ขอบคุณ	khŏrb-khun	謝謝
แล้ว	lãeo	了、那
คุณ	khun	你
ล่ะ	là	……呢？
เจอกันใหม่	jer-kan-mǎi	再見
พบกันใหม่	phõb-kan-mǎi	再見
ขอโทษ	khór-thòd	對不起、抱歉、不好意思

ไม่	mài	不、沒
ต้อง	tòrng	必須、需要
เกรงใจ	kreng-jai	客氣、不好意思、過意不去
ไม่ต้องเกรงใจ	mài-tòrng-kreng-jai	不用客氣

二、本課對話

請看「**ทุเรียน** (thũ-rain)」（榴槤）和「**มังคุด** (mang-khũd)」（山竹）兩人的對話。

（一）見面問候：

MP3-063

สวัสดีครับ สบายดีไหมครับ

så-wăd-di-khrãb så-bai-di-mái-khrãb

你好，你好嗎？

สวัสดีค่ะ สบายดีค่ะ แล้วคุณล่ะคะ

så-wăd-di-khà så-bai-di-khà lãeo-khun-là-khã

你好，我很好，那你呢？

สบายดีครับ ขอบคุณครับ

så-bai-di-khrãb khŏrb-khun-khrãb

我很好，謝謝你。

（二）道別：

（1）

MP3-064

เจอกันใหม่ค่ะ

jer-kan-măi-khà

再見。

เจอกันใหม่ครับ

jer-kan-măi-khrãb

再見。

（2） MP3-065

พบกันใหม่ค่ะ

phõb-kan-mǎi-khà

再見。

พบกันใหม่ครับ

phõb-kan-mǎi-khrãb

再見。

（三）道謝、道歉：

（1） MP3-066

ขอบคุณค่ะ

khǒrb-khun-khà

謝謝。

ไม่เป็นไรครับ

mài-pen-rai-khrãb

沒關係（不要緊）。

（2） MP3-067

ขอบคุณค่ะ

khŏrb-khun-khà

謝謝。

ไม่ต้องเกรงใจครับ

mài-tòrng-kreng-jai-khrãb

不用客氣。

（3） MP3-068

ขอโทษค่ะ

khór-thòd khà

對不起（抱歉）。

ไม่เป็นไรครับ

mài-pen-rai-khrãb

沒關係（不要緊）。

02 บทที่ ๒ แนะนำตนเอง
(bǒd-thì-sórng nãe-nam-ton-eng)
自我介紹

一、暖身實用單字

 MP3-069

暖身實用單字		
單字	音標	中文
แนะนำ	nãe-nam	介紹
ตนเอง (ตัวเอง)	ton-eng (tuo-eng)	自己、自我
ชื่อ	chèu	名字、名稱
คนไทย	khon-thai	泰國人
คนไต้หวัน	khon-tài-wán	台灣人
ไม่	mài	不、沒
ใช่	chài	是
พูด	phùd	說、講
ภาษา	pha-sá	語言
ได้	dài	可以、會
เหรอคะ	rér-khã	是嗎？

นิดหน่อย	nĩd-nŏri	一點點
เคย	keri	曾經
เรียน	rian	學習
อายุ	a-yũ	年齡
เท่าไหร่	thào-răi	多少
ปี	pi	年、歲
ยินดีที่ได้รู้จัก	yin-di-thì-dài-rũ-jăg	很高興認識你
เช่นกัน	chèn-kan	彼此

二、本課對話

MP3-070

請看張大偉和「ลินดา (lin-da)」（林達）兩人的對話。

สวัสดีครับ

så-wǎd-di-khrãb

妳好。

สวัสดีค่ะ

så-wǎd-di-khà

你好。

ผมชื่อจางต้าเหว่ยครับ คุณชื่ออะไรครับ

phóm-chèu-jang-tà-wěri-khrãb khun-chèu-ǎ-rai-khrãb

我叫張大偉，妳叫什麼名字？

8

2

ดิฉันชื่อลินดาค่ะ คุณเป็นคนไทยใช่ไหมคะ

dǐ-chán-chèu-lin-da-khà khun-pen-khon-thai-chài-mái-khã

我叫林達,你是泰國人嗎?

ไม่ใช่ครับ ผมเป็นคนไต้หวันครับ

mài-chài-khrãb phóm-pen-khon-tài-wán-khrãb

不是,我是台灣人。

คุณพูดภาษาไทยได้เหรอคะ

khun-phùd-pha-sá-thai-dài-réu-khã

你會講泰語是嗎?

พูดได้นิดหน่อยครับ ผมเคยเรียนภาษาไทยครับ

phùd-dài-nĭd-nŏri-khrãb phóm-keri-rian-pha-sá-thai-khrãb

會講一點點,我曾經學過泰語。

คุณอายุเท่าไหร่คะ

khun-a-yŭ-thào-rǎi-khã

你幾歲?

ผมอายุ ๒๕ ปีครับ แล้วคุณล่ะครับ

phóm-a-yŭ-yì-sĭb-hà-pi-khrãb laẽo-khun-là-khrãb

我 25 歲,那妳呢?

ดิฉันอายุ ๒๑ ปีค่ะ

dǐ-chán-a-yũ-yè-sǐb-ĕd-pi-khà

我 21 歲。

ยินดีที่ได้รู้จักครับ

yin-di-thì-dài-rũ-jăg-khrãb

很高興認識妳。

เช่นกันค่ะ

chèn-kan-khà

彼此。

พบกันใหม่ครับ

phõb-kan-mǎi-khrãb

再見。

พบกันใหม่ค่ะ

phõb-kan-mǎi-khà

再見。

03 บทที่ ๓ โทรศัพท์คุณเบอร์อะไร

(bǒd-thì-sám tho-rǎ-sǎb-khun-ber-ǎ-rai)

你電話號碼幾號？

一、暖身實用單字

 MP3-071

暖身實用單字		
單字	音標	中文
เที่ยว	thìao	遊玩、旅遊
เรียน	rian	學習
หนังสือ	nang-séu	書
ที่	thì	第、地點、的
ที่ไหน	thì-nái	那裡
ตอนนี้	torn-nĩ	現在
อยู่	yǔ	在、正在
ขอ	khór	要、請求、祝福
เป็นเพื่อน	pen-pheùan	陪伴、做朋友
กับ	kǎb	和、跟
เบอร์	ber	號碼

โทรศัพท์	tho-rå-săb	電話
มือถือ	meu-téu	手機
ค่อย	khòri	再、慢、輕
ติดต่อ	tĭd-tŏr	聯絡
กัน	kan	互相、一起

二、本課對話

MP3-072

請看張大偉和「พนิดา (phå-nĩ-da)」（帕妮達）兩人的對話。

สวัสดีครับ

så-wăd-di-khrãb

妳好。

สวัสดีค่ะ

så-wăd-di-khà

你好。

ผมชื่อจางต้าเหว่ยครับ คุณชื่ออะไรครับ

phóm-chèu-jang-tà-wĕri-khrãb khun-chèu-ă-rai-khrãb

我叫張大偉，妳叫什麼名字？

ดิฉันชื่อพนิดาค่ะ

dĭ-chán-chèu-phå-nĩ-da-khà

我叫帕妮達。

คุณเป็นคนที่ไหนครับ

khun-pen-khon-thì-nái-khrãb

妳是那裡人？

ดิฉันเป็นคนไทยค่ะ

dĭ-chán-pen-khon-thai-khà

我是泰國人。

คุณมาเที่ยวไต้หวันหรือครับ

khun-ma-thìao-tài-wán-rér-khrãb

妳來台灣旅遊嗎？

ไม่ใช่ค่ะ ดิฉันมาเรียนหนังสือค่ะ

mài-chài-khà dǐ-chán-ma-rian-náng-séu-khà

不是，我來唸書。

คุณเรียนที่ไหนครับ

khun-rian-thì-nái-khrãb

妳在哪裡唸書？

ดิฉันเรียนที่ซือต้าค่ะ

dǐ-chán-rian-thì-seu-tà-khà

我在師大唸書。

ตอนนี้ผมเรียนภาษาไทยอยู่ครับ

torn-nĩ-phóm-rian-pha-sá-thai-yǔ-khrãb

我現在正在學泰語。

เหรอคะ

rér-khã

是嗎？

ผมขอเป็นเพื่อนกับคุณได้ไหมครับ

phóm-khór-pen-pheùan-kăb-khun-dài-mái-khrãb

我可以跟妳做朋友嗎？

ได้ค่ะ

dài-khà

可以。

ขอเบอร์โทรศัพท์คุณได้ไหมครับ

khó-ber-tho-rå-săb-khun-dài-mái-khrãb

可以跟妳要電話號碼嗎？

ได้ค่ะ

dài-khà

可以。

เบอร์มือถือผม ๐๙๒๐-๙๘๗๖๕๔ ครับ

ber-meu-théu-phóm-sún-kào-sórng-sún-kào-păed-jĕd-hŏg-hà-sĭ-khrãb

我手機號碼是 0920-987654。

เบอร์มือถือดิฉัน ๐๙๑๒-๓๔๕๖๗๘ ค่ะ

ber-meu-théu-dĭ-chán-sún-kào-nĕung-sórng-sám-sĭ-hà-hŏg-jĕd-păed-khà

我手機號碼是 0912-345678。

ขอบคุณครับ แล้วค่อยติดต่อกันครับ

khórb-khun-khrãb lãeo-khòri-tǐd-tǒr-kan-khrãb

謝謝，再互相連絡。

ค่ะ สวัสดีค่ะ

khà så-wǎd-di-khà

好，再見。

สวัสดีครับ

så-wǎd-di-khrãb

再見。

04 บทที่ ๔ ทานข้าวหรือยัง

(bŏd-thì-sĭ than-khào-réu-yang)

吃飯了嗎？

一、暖身實用單字

MP3-073

暖身實用單字		
單字	音標	意思
ฮัลโหล	han-ló	哈囉
ขอสาย	khór-sái	請接（電話）
กำลัง	kam-lang	正在
พูด	phùd	講、説
สะดวก	să-dŭog	方便
ทาน, กิน	than, kin	用餐、吃
ยัง	yang	還沒
พรุ่งนี้	phrùng-nĩ	明天
ว่าง	wàng	空、有空
อยาก	yăg	想（要）
นัด	nãd	約

กาแฟ	ka-fae	咖啡
ด้วยกัน	dùoi-kan	一起
วันหลัง	wan-láng	改天
ถ้า	thà	如果
โอกาส	o-kǎd	機會

二、本課對話

 MP3-074

請看張大偉和「พนิดา (phả-nĭ-da)」（帕妮達）兩人講電話。

เหวย สวัสดีครับ

wéi så-wǎd-di-khrãb

喂！妳好。

ฮัลโหล สวัสดีค่ะ

han-ló så-wǎd-di-khà

哈囉！你好。

ขอสายคุณพนิดาครับ

khór-sái-khun-phå-nĩ-da-khrãb

請接帕妮達小姐。

กำลังพูดค่ะ

kam-lang-phùd-khà

我就是（正在講）。

ผมจางต้าเหว่ยครับ คุณสะดวกพูดไหมครับ

phóm-jang-tà-wěri-khrãb khun-sǎ-dǒug-phùd-mái-khãrb

我是張大偉，妳方便講話嗎？

ได้ค่ะ คุณสบายดีไหมคะ

dài-khà khun-så-bai-di-mái-khã

可以，你好嗎？

สบายดีครับ แล้วคุณล่ะครับ

så-bai-di-khrãb lãeo-khun-là-khrãb

我很好，那妳呢？

สบายดีค่ะ

så-bai-di-khà

我很好。

คุณทานข้าวหรือยังครับ

khun-than-khào-réu-yang-khrãb

妳吃飯了嗎？

ยังค่ะ คุณล่ะคะ

yang-khà khun-là-khã

還沒，你呢？

ทานแล้วครับ พรุ่งนี้คุณว่างไหมครับ

than-lãeo-khrãb phrùng-nĩ-khun-wàng-mái-khrãb

吃了，明天妳有空嗎？

มีอะไรไหมคะ

mi-ǎ-rai-mái-khã

有什麼事嗎？

ผมอยากนัดคุณทานกาแฟด้วยกันครับ

phóm-yăg-nãd-khun-than-ka-fae-dùoi-kan-khrãb

我想約妳一起喝咖啡。

พรุ่งนี้ดิฉันไม่ว่างค่ะ วันหลังนะคะ

phrùng-nĩ-dĭ-chán-mài-wàng-khà wan-láng-nã-khã

明天我沒空，改天喔。

โอเคครับ ถ้ามีโอกาสค่อยนัดกันนะครับ

ok-khrãb thà-mi-o-kăd-kòri-nãd-kan-nã-khrãb

好的，如果有機會再約喔！

โอเคค่ะ

ok-khà

好的。

สวัสดีครับ

så-wăd-di-khrãb

再見。

สวัสดีค่ะ

så-wăd-di-khà

再見。

05 บทที่ ๕ มีกี่สี

(bŏd-thì-hà mi-kǐ-sí)

有幾個顏色？

一、暖身實用單字

MP3-075

暖身實用單字		
單字	音標	意思
ดู	du	看
เสื้อ	seùa	上衣、衣服
ตัว	tuo	件、隻、個、匹
นั้น	nãn	那
ขาย	khái	賣
ซื้อ	sẽu	買
ละ	lã	單一
บาท	bǎht	泰銖
สี	sí	顏色
ดำ	dam	黑
ขาว	kháo	白

8
5

น้ำเงิน	nãm-ngern	藍
และ	lãe	和、又
ลอง	lorng	試
ใส่	săi	穿、戴
ห้อง	hòrng	房間、室
หลัง	láng	後
ร้าน	rãn	店、鋪
ใหญ่	yăi	大
เดี๋ยว	díaw	一會、一下
เล็ก	lẽg	小
กว่า	kwă	比較的用詞
หลาย	lái	多、好幾
ลด	lõd	降
คิดให้	kĩd-hài	算給
ทั้งหมด	thãng-mŏd	全部、總共

二、本課對話

MP3-076

請看張大偉和店員兩人的對話。

คุณครับ ขอดูเสื้อตัวนั้นหน่อยครับ

khun-khrãb khór-du-seùa-tuo-nãn-nŏri-khrãb

請妳讓我看一下那件上衣。

นี่ค่ะ

nì-khà

給你。

ขายยังไงครับ

khái-yang-ngai-khrãb

怎麼賣？

ตัวละ ๓๕๐ บาทค่ะ

tou-lã-sám-rõri-hà-sĭb-bǎht-khà

一件 350 泰銖。

มีกี่สีครับ

mi-kĭ-sí-khrãb

有幾個顏色？

มี ๓ สี สีดำ สีขาวและสีน้ำเงินค่ะ

mi-sám-sí sí-dam-sí-kháo-lãe-sí-nãm-ngern-khà

有 3 個顏色，黑色、白色和藍色。

ลองใส่ได้ไหมครับ

lorng-sǎi-dài-mái-khrãb

可以試穿嗎？

ได้ค่ะ คุณจะลองสีไหนคะ

dài-khà khun-jǎ-lorng-sí-nái-khã

可以，你要試穿什麼顏色？

สีดำครับ

sí-dam-khrãb

黑色的。

นี่ค่ะ ห้องลองอยู่หลังร้านค่ะ

nì-khà hòrng-lorng-yǔ-láng-rãn-khà

這裡，試衣間在店的後方。

ขอบคุณครับ

khórb-khun-khrãb

謝謝。

ใส่ได้ไหมคะ

sǎi-dài-mái-khã

可以穿嗎？

ตัวใหญ่ไปครับ

tuo-yǎi-pai-khrãb

太大件了。

เดี๋ยวเอาตัวเล็กกว่าให้ลองนะคะ

díaw-ao-tuo-lẽg-kwǎ-hài-lorng-nã-khã

等等拿比較小件來給你試穿喔！

（試穿後）

โอเคครับ ถ้าซื้อหลายตัวลดได้ไหมครับ

ok-khrãb thà-sẽu-lái-tuo-lõd-dài-mái-khrãb

可以了，如果買多件可以算便宜一點嗎？

เอากี่ตัวคะ

ao-kǐ-tuo-khã

要幾件呢？

เอา ๓ ตัวครับ

ao-sám-tuo-khrãb

要 3 件。

คิดให้ตัวละ ๓๐๐ บาทค่ะ

khĩd-hài-tuo-lã-sám-rõri-bǎht-khà

給你算一件 300 泰銖。

โอเคครับ ขอสีดำ ๒ ตัวและสีขาว ๑ ตัวครับ

ok-khãb khór-sí-dam-sórng-tuo-lãe-sí-kháo-nĕung-tuo-khrãb

好的，請給我 2 件黑色和 1 件白色。

ทั้งหมด ๙๐๐ บาทค่ะ

thãng-mǒd-kào-rõri-baht-khà

全部 900 泰銖。

三、延伸學習

（一）顏色： MP3-077

顏色					
單字	音標	中文	單字	音標	中文
สีแดง	sí-daeng	紅色	สีส้ม	sí-sòm	橘色
สีแสด	sí-săed	橘紅色	สีชมพู	sí-chom-phu	粉紅色
สีน้ำตาล	sí-nãm-tan	咖啡色	สีม่วง	sí-mùong	紫色
สีเงิน	sí-ngern	銀色	สีทอง	sí-thorng	金色
สีกรมท่า	sí-krom-mǎ-thà	海軍藍色	สีคราม	sí-khram	靛藍色
สีขาว	sí-kháo	白色	สีดำ	sí-dam	黑色
สีน้ำเงิน	sí-nãm-ngern	藍色	สีฟ้า	sí-fã	天藍色
สีเขียว	sí-khíao	綠色	สีเหลือง	sí-leúang	黃色
สีกากี	sí-ka-ki	卡其色	สีเทา	sí-thao	灰色
เข้ม	khèm	深	อ่อน	ǒrn	淺（淡）

（二）物品：

MP3-078

物品		
單字	音標	中文
กระเป๋า	krǎ-páo	包包
กระเป๋าเดินทาง	krǎ-páo-dern-thang	行李箱
เสื้อ	seùa	上衣
กางเกง	kang-keng	褲子
กางเกงขายาว	kang-keng-khá-yao	長褲
กางเกงขาสั้น	kang-keng-khá-sàn	短褲
กระโปรง	krǎ-prong	裙子
หมวก	mǔog	帽子
ผ้าพันคอ	phà-phan-khor	圍巾
รองเท้า	rorng-thão	鞋子
เข็มขัด	khém-khǎd	皮帶
แว่นตา	wàen-ta	眼鏡
นาฬิกา	na-lĩ-ka	鐘錶
นาฬิกาข้อมือ	na-lĩ-ka-khòr-meu	錶
ปากกา	pǎg-ka	筆

ดินสอ	din-sór	鉛筆
มือถือ	meu-théu	手機
ร่ม	ròm	傘
รถ	rõd	車子
บ้าน	bàn	房子、家
ต้นไม้	tòn-mãi	樹木
ดอกไม้	dǒrg-mãi	花卉

（三）量詞： MP3-079

量詞					
單字	音標	中文	單字	音標	中文
ใบ	bai	個、片、張	ตัว	tuo	個、匹、支、頭、條（動物）、件（衣服）、張（桌子、椅子）
ผืน	phéun	條（布、圍巾）	คู่	khù	雙、對
เส้น	sèn	條（皮帶、錶帶、領帶）	อัน	an	個、支、副
เรือน	reun	支（錶）、台（鐘）	แท่ง	thàeng	支（筆、冰棒）
เครื่อง	khreùang	台（機器、電器類）、支（手機）	คัน	khan	輛（汽車）、把（雨傘）、台（機器）、根（湯匙、叉子）

หลัง	láng	棟（房子、建築物）	ต้น	tòn	棵（樹）
ดอก	dŏrg	朵	ชิ้น	chĩn	塊（糕點、布料、肉）
ชุด	chũd	套	ลูก	lùg	顆（水果、球）
เล่ม	lèm	把（刀）、本（書）、根（蠟燭）	จาน	jan	盤
ชาม	cham	大碗	ถ้วย	thùoi	碗（小 / 中）
ถุง	thúng	袋	แก้ว	kàew	杯
สาย	sái	條（道路、河流、條狀的）、線（電話）	อย่าง	yăng	個、種類、樣
ห้อง	hòrng	間（房間、隔間）	ครั้ง	khrãng	次
คน	khon	人	ก้อน	kòrn	塊（石頭、肥皂）
ฟอง	forng	顆（蛋）	มวน	muon	根（香菸）
รูป	rùb	位（僧侶、和尚）	ฉบับ	chå-băb	份（報紙、資料）、本（雜誌）
แผ่น	phăen	張（紙）、面（鏡子）	ลำ	lam	艘、架、根、柱
ซอง	sorng	包（香菸）、封（信）、袋（資料）	ช้อน	chõrn	匙
ฝูง	fúng	群	แห่ง	hăeng	處所、場所
ที่	thì	份、位、地方	ประเทศ	pră-thèd	國（國家）

06

บทที่ ๖ คุณชอบทานอะไร
(bǒd-thì-hǒg khun-chòb-than-ǎ-rai)

你喜歡吃什麼？

一、暖身實用單字

MP3-080

暖身實用單字		
單字	音標	中文
ทำ	tham	做
อาหาร	a-hán	食物、餐、料理、菜
เป็น	pen	會、是、當
อย่าง	yǎng	樣（式）、種（類）
ชอบ	chòb	喜歡
ต้มยำกุ้ง	tòm-yam-kùng	酸辣蝦湯
ผัดกะเพรา	phǎd-kǎ-phrao	炒打拋
ส้มตำ	sòm-tam	青木瓜沙拉
ชาไทย	cha-thai	泰式奶茶
มาก	màg	多
บะหมี่	bǎ-mǐ	麵（中式）

เนื้อวัว	neǔa-wuo	牛肉
น้ำใส	nãm-sái	清澈的水、清湯
น้ำข้น	nãm-khòn	濃湯、紅燒湯
ทั้ง	thãng	全、遍
สอง	sórng	二、兩
เรา	rao	我們
สัปดาห์, อาทิตย์	sǎb-da, a-thĩd	週、星期
หน้า	nà	先、前、下（個）、臉

二、本課對話

MP3-081

請看張大偉和「**พนิดา** (phả-nĩ-da)」（帕妮達）兩人的對話。

คุณพนิดาทำอาหารไทยเป็นไหมครับ

khun-phả-nǐ-da-tham-a-hán-thai-pen-mái-khrãb

帕妮達小姐會做泰國菜嗎？

ทำเป็นหลายอย่างค่ะ คุณชอบอาหารไทยไหมคะ

tham-pen-lái-yǎng-khà khun-chòb-a-hán-thai-mái-khã

會做好幾樣，你喜歡泰國菜嗎？

ชอบครับ

chòb-khrãb

喜歡。

คุณชอบทานอะไรคะ

khun-chòb-than-ǎ-rai-khà

你喜歡吃什麼？

ผมชอบต้มยำกุ้งกับผัดกะเพราครับ

phóm-chòb-tòm-yam-kùng-kǎb-phǎd-kǎ-phrao-khãrb

我喜歡酸辣蝦湯和炒打拋。

คุณชอบส้มตำกับชาไทยไหมคะ

khun-chòb-sòm-tam-kǎb-cha-thai-mái-khã

你喜歡青木瓜沙拉和泰式奶茶嗎？

ชอบมากครับ

chòb-màg-khrãb

很喜歡。

ดิฉันก็ชอบบะหมี่เนื้อวัวของไต้หวันค่ะ

dǐ-chán-kòr-chòb-bǎ-mǐ-neũa-wou-khórng-tài-wán-khà

我也喜歡台灣的牛肉麵。

คุณชอบบะหมี่น้ำใสหรือน้ำข้นครับ

khun-chòb-bǎ-mǐ-nãm-sái-réu-nãm-khòn-khrãb

妳喜歡清湯或紅燒麵呢？

ชอบทั้งสองอย่างค่ะ

chòb-thãng-sóng-yǎng-khà

兩種都喜歡。

สัปดาห์หน้าเรานัดกันไปทานดีไหมครับ

sǎb-da-nà-rao-nãd-kan-pai-than-di-mái-khrãb

我們約下週一起去吃好嗎？

ดีค่ะ

di-khà

好啊！

三、延伸學習

（一）泰國食物、菜名： MP3-082

泰國食物、菜名		
單字	音標	中文
เนื้อหมู	neŭa-mú	豬肉
เนื้อวัว	nẽua-wuo	牛肉
เนื้อไก่	nẽua-kǎi	雞肉
กุ้ง	kùng	蝦子（仁）
ปลา	pla	魚
ปลาหมึก	pla-mĕug	魷魚
หอย	hóri	貝類
ทะเล	thã-le	海鮮
ไข่ต้ม	khǎi-tòm	煮蛋
ไข่ตุ๋น	khǎi-tún	蒸蛋
ไข่ดาว	khǎi-dao	荷包蛋
ไข่เจียว	khǎi-jiaw	煎蛋
ไข่ลูกเขย	khǎi-lùg-kéri	女婿蛋

8

6

ข้าวต้ม	khào-tòm	稀飯
โจ๊ก	jõg	粥
ต้มยำ	tòm-yam	酸辣湯
ต้มจืด	tòm-jeud	清湯
แกงเผ็ด	kaeng-phĕd	紅咖哩
แกงเขียวหวาน	kaeng-kíao-wán	綠咖哩
แกงกะหรี่	kaeng-kǎ-rě	黃咖哩
แกงมัสมั่น	kaeng-mãd-sǎ-mǎn	
ผัด	phǎd	炒
ข้าวผัด	khào-phǎd	炒飯
ผัดผักบุ้ง	phǎd-phǎg-bùng	炒空心菜
ผัดกะหล่ำปลี	phǎd-kǎ-lǎm-pli	炒高麗菜
ผัดผักรวม	phǎd-phǎg-ruom	炒什錦蔬菜
ผัดไทย	phǎd-thai	泰式炒麵
ผัดกะเพรา	phǎd-kǎ-phrao	炒打拋
ก๋วยเตี๋ยว	kúoi-tíao	粿條
ก๋วยเตี๋ยวผัดซีอิ๊ว	kúoi-tíao-phǎd-si-iõ	炒粿條

ก๋วยเตี๋ยวราดหน้า	kúoi-tíao-ràd-nà	炒粿條羹
ก๋วยเตี๋ยวเส้นใหญ่	kúoi-tíao-sèn-yăi	寬板條
ก๋วยเตี๋ยวเส้นเล็ก	kúoi-tíao-sèn-lẽg	米干
เย็นตาโฟ	yen-ta-fo	釀豆腐紅湯粿條
บะหมี่	bă-mĭ	麵
บะหมี่แห้ง	bă-mĭ-hàeng	乾麵
บะหมี่น้ำ	bă-mĭ-nãm	湯麵
เส้นหมี่	sèn-mĭ	米粉
ขนมจีน	khå-nóm-jin	米線
ขนมจีนน้ำยา	khå-nóm-jin-nãm-ya	魚湯米線
ขนมจีนแกงเผ็ด	khå-nóm-jin-kaeng-phĕd	紅咖哩米線
ขนมจีนแกงเขียวหวาน	khå-nóm-jin-kaeng-khíao-wán	綠咖哩米線
ขนมจีนน้ำพริก	khå-nóm-jin-nãm-phrĩg	豆湯紅咖哩米線
ขนมจีนน้ำเงี้ยว	khå-nóm-jin-nãm-ngĩao	番茄湯米線
ทอด	thòrd	煎
หอยทอด	hóri-thòrd	蚵仔煎
ทอดมัน	thòrd-man	金錢餅

ทอดมันข้าวโพด	thòrd-man-khào-phòd	金錢玉米餅
ข้าวมันไก่	khào-man-kǎi	海南雞飯
ข้าวขาหมู	khào-khá-mú	豬腳飯
ข้าวหมูแดง	khào-mú-daeng	叉燒飯
ข้าวหมูกรอบ	khào-mú-krǒrb	脆皮豬肉飯
ข้าวหน้าเป็ด	khào-nà-pěd	燒鴨蓋飯
กระเพาะปลา	krǎ-phõr-pla	魚肚羹
ก๋วยจั๊บ	kúoi-jãb	粿汁（粿雜）
สุกี้	sǔ-kì	泰式火鍋
ยำ	yam	涼拌
ส้มตำ	sòm-tam	青木瓜沙拉
วุ้นเส้น	wũn-sèn	冬粉

（二）味道：　 MP3-083

味道					
單字	音標	中文	單字	音標	中文
หวาน	wán	甜	เค็ม	khem	鹹
เปรี้ยว	prìao	酸	เผ็ด	phěd	辣
ขม	khóm	苦	มัน	man	油膩
จืด	jěud	清淡	หอม	hórm	香
เหม็น	mén	臭	กรอบ	krǒrb	脆
นุ่ม (นิ่ม)	nùm (nìm)	軟			

（三）調味料：　 MP3-084

調味料					
單字	音標	中文	單字	音標	中文
เกลือ	kleua	鹽	น้ำตาล	nãm-tan	糖
ผงชูรส	phóng-chu-rõd	味精	พริกไทย	phrĩg-thai	胡椒
พริก	phrĩg	辣椒	น้ำปลา	nãm-pla	魚露
ซีอิ๊วขาว	si-iõ-kháo	淡色醬油	ซีอิ๊วดำ	si-iõ-dam	甜醬油
ซีอิ๊ว	si-iõ	醬油	น้ำมันหอย	nãm-man-hóri	蠔油

น้ำส้มสายชู	nãm-sòm-sái-chu	醋	เต้าเจี้ยว	tào-jìao	豆醬
กะปิ	kă-pĭ	蝦醬	ข่า	khă	南薑
ตะไคร้	tă-khrãi	香茅	ใบมะกรูด	bai-mã-krud	檸檬葉
น้ำพริก	nãm-phrĩg	辣椒膏	น้ำจิ้ม	nãm-jìm	沾醬

（四）飲料：

MP3-085

飲料					
單字	音標	意思	單字	音標	意思
เครื่องดื่ม	khreùang-dĕum	飲料	ร้อน	rõrn	熱
เย็น	yen	冰	น้ำแข็ง	nãm-kháeng	冰塊
น้ำ	nãm	水	น้ำเปล่า	nãm-phlăo	白開水
น้ำแร่	nãm-ràe	礦泉水	น้ำอัดลม	nãm-ăd-lom	汽水
น้ำโซดา	nãm-so-da	氣泡水	โค้ก	khõg	可樂
น้ำผลไม้	nãm-phón-lå-mãi	果汁	น้ำส้ม	nãm-sòm	柳橙汁
น้ำแอปเปิ้ล	nãm-aĕb-pèrn	蘋果汁	น้ำมะนาว	nãm-mã-nao	檸檬汁
น้ำมะพร้าว	nãm-mã-phrão	椰子汁	น้ำมะม่วง	nãm-mã-mùong	芒果汁

น้ำแข็งปั่น	nãm-khéang-pǎn	冰沙	เหล้า	lào	酒
เบียร์	bia	啤酒	ไวน์	wai	葡萄酒
นมสด	nom-sǒd	鮮奶	นมข้น	nom-khòn	煉乳
กาแฟ	ka-fae	咖啡	กาแฟดำ	ka-fae-dam	黑咖啡
โอเลี้ยง	o-lĩang	泰式黑咖啡	ลาเต้	la-tè	拿鐵咖啡
ชา	cha	茶	ชาไทย	cha-thai	泰式奶茶
ชาดำ	cha-dam	紅茶	ชามะนาว	cha-mã-nao	檸檬紅茶
ชาอูหลง	cha-u-lóng	烏龍茶	ชาเขียว	cha-khíao	綠茶
ชานม	cha-nom	奶茶	ชานมไข่มุก	cha-nom-khǎi-mũg	珍珠奶茶

8

6

07 บทที่ ๗ วันนี้วันอะไร

(bŏd-thì-jĕd wan-nĩ-wan-ă-rai)

今天星期幾？

一、暖身實用單字

MP3-086

暖身實用單字		
單字	音標	中文
วัน	wan	日、天
นี้	nĩ	這
วันนี้	wan-nĩ	今天
วันศุกร์	wan-sŭg	星期五
วันจันทร์	wan-jan	星期一
ตอน	torn	時段、段落
บ่าย	băi	下午
ต่ออายุ	tŏr-a-yũ	延期
หนังสือ	náng-séu	書
เดินทาง	dern-thang	旅行
หนังสือเดินทาง	náng-séu-dern-thang	護照

เป็นเพื่อน	pen-pheùan	陪伴
โมง	mong	點（時間）
พร้อมกัน	phrõrm-kan	一起、一同
โทร	thro	打（電話）
บอก	bǒrg	告訴
เวลา	we-la	時間
อีกที	ĭg-thi	再次

二、本課對話

MP3-087

請看張大偉和「**พนิดา** (phå-nĩ-da)」（帕妮達）兩人的對話。

คุณจางคะ วันศุกร์นี้คุณว่างไหมคะ

khun-jang-khã wan-sǔg-nĩ-khun-wàng-mái-khã

張先生，這個星期五你有空嗎？

ผมดูก่อนนะครับ วันนี้วันอะไรครับ

phóm-du-kǒrn-nã-khrãb wan-nĩ-wan-ǎ-rai-khrãb

我先看看喔，今天星期幾？

วันนี้วันจันทร์ค่ะ

wan-nĩ-wan-jan-khà

今天是星期一。

วันศุกร์ตอนไหนครับ

wan-sŭg-torn-nái-khãrb

星期五什麼時候（哪個時段）。

ตอนบ่ายค่ะ

torn-băi-khà

下午的時候。

ว่างครับ มีอะไรหรือครับ

wàng-khrãb mi-ă-rai-réu-khrãb

有空，有什麼事情嗎？

ดิฉันอยากจะขอคุณไปเป็นเพื่อนต่ออายุหนังสือเดินทางค่ะ

di-chán-yăg-jă-khór-khun-pai-pen-pheùan-tŏr-a-yũ-náng-séu-dern-thang-khà

我想要請你陪我去延期護照。

ได้ครับ เจอกันกี่โมงดีครับ

dài-khrãb jer-kan-kĭ-mong-di-khrãb

可以啊！幾點見好呢？

ดิฉันจะโทรบอกเวลาอีกทีนะคะ

dĭ-chán-jă-thro-bŏrg-we-la-ĭg-thi-nã-khã

我再打電話告訴你時間喔！

โอเคครับ ผมไปหาคุณที่ซือต้าดีไหมครับ

ok-khrãb phóm-pai-há-khun-thì-seu-tà-di-mái-khrãb

好的，我去師大找妳好嗎？

ดีค่ะ เราไปพร้อมกัน ขอบคุณค่ะ

di-khã rao-pai-phrõm-kan khŏrb-khun-khà

好啊！我們一起去，謝謝。

ไม่เป็นไรครับ

mài-pen-rai-khrãb

沒關係（不會）。

三、延伸學習

（一）星期相關用語：

MP3-088

星期相關用語		
單字	音標	中文
วัน	wan	日、天
สัปดาห์ / อาทิตย์	săb-da / a-thĩd	週、星期
วันจันทร์	wan-jan	星期一
วันอังคาร	wan-ang-khan	星期二
วันพุธ	wan-phũd	星期三
วันพฤหัสบดี	wan-phå-reu-hăd-så-bor-di	星期四
วันศุกร์	wan-sŭg	星期五
วันเสาร์	wan-sáo	星期六
วันอาทิตย์	wan-a-thĩd	星期日

（二）用泰語表達時態：

MP3-089

<table>
<tr><th colspan="8">用泰語表達時態</th></tr>
<tr><th>單字</th><th>中文</th><th colspan="2">ทุก (thũg)
每個</th><th colspan="4">ที่แล้ว (thì-lãeo)
上個</th></tr>
<tr><td>อาทิตย์ / สัปดาห์
(a-thĩd / săb-da)</td><td>星期 / 週</td><td>ทุกอาทิตย์ / ทุกสัปดาห์
(thũg-a-thĩd / thũg-săb-da)</td><td>每個星期 / 每週</td><td colspan="3">อาทิตย์ที่แล้ว / สัปดาห์ที่แล้ว
(a-thĩd-thì-lãeo / săb-da-thì-lãeo)</td><td>上個星期 / 上週</td></tr>
<tr><td>เดือน
(deuan)</td><td>月</td><td>ทุกเดือน
(thũg-deuan)</td><td>每個月</td><td colspan="3">เดือนที่แล้ว
(deuan-thì-lãeo)</td><td>上個月</td></tr>
<tr><td>ปี
(pi)</td><td>年</td><td>ทุกปี
(thũg-pi)</td><td>每年</td><td colspan="3">ปีที่แล้ว
(pi-thì-lãeo)</td><td>去年</td></tr>
<tr><td>วัน
(wan)</td><td>日</td><td>ทุกวัน
(thũg-wan)</td><td>每天</td><td>วานซืนนี้
(wan-seun-nĩ)</td><td>前天</td><td>เมื่อวานนี้
(meùa-wan-nĩ)</td><td>昨天</td></tr>
</table>

<table>
<tr><th colspan="6">用泰語表達時態</th></tr>
<tr><th colspan="3">นี้ (nĩ)
這個</th><th colspan="3">หน้า (nà)
下個</th></tr>
<tr><td colspan="2">อาทิตย์นี้ / สัปดาห์นี้
(a-thĭd-nĩ / săb-da-nĩ)</td><td>這個星期 /
這週</td><td colspan="2">อาทิตย์หน้า /
สัปดาห์หน้า
(a-thĭd-nà / săb-da-nà)</td><td>下個星期 /
下週</td></tr>
<tr><td colspan="2">เดือนนี้
(deuan-nĩ)</td><td>這個月</td><td colspan="2">เดือนหน้า
(deuan-nà)</td><td>下個月</td></tr>
<tr><td colspan="2">ปีนี้
(pi-nĩ)</td><td>今年</td><td colspan="2">ปีหน้า
(pi-nà)</td><td>明年</td></tr>
<tr><td>วันนี้
(wan-nĩ)</td><td>今天</td><td>พรุ่งนี้
(phùng-nĩ)</td><td>明天</td><td>มะรืนนี้
(mã-reun-nĩ)</td><td>後天</td></tr>
</table>

08 บทที่ ๘ สุขสันต์วันเกิด
(bǒd-thì-pǎed sǔg-sán-wan-kěrd)
生日快樂

一、暖身實用單字

 MP3-090

暖身實用單字		
單字	音標	意思
สุขสันต์	sǔg-sán	快樂
วันเกิด	wan-kěrd	生日
โอ๊ะ	ŏ	喔（嘆詞）
ของขวัญ	khróng-khwán	禮物
ทราบ	sàb	知道
ยังไง, อย่างไร	yang-ngai, yǎng-rai	怎麼、怎樣
เห็น	hén	看見、看到
จาก	jǎg	從
ความสุข	khwam-sǔg	幸福、快樂
เมื่อไหร่	meùa-rǎi	什麼時候
วันที่	wan-thì	日期

ยังอีก	yang-ĭg	還有
เดือน	deuan	月
มกราคม	må-kå-ra-khom	一月
ท่องเที่ยว	thòrng-thìao	旅遊、旅行
แผน	pháen	計畫
กลับ	klăb	回
เมืองไทย	meuang-thai	泰國
ดีจัง	di-jang	太好、真好
ได้เลย	dài-leri	當然可以
คำ	kham	詞
แนะนำ	nãe-nam	建議
ยินดี	yin-di	高興、樂意

二、本課對話

MP3-091

請看張大偉和「**พนิดา** (phå-nĩ-da)」（帕妮達）兩人的對話。

คุณพนิดาสุขสันต์วันเกิดครับ

khun-phå-nĩ-da-sǔg-sán-wan-kěrd-khrãb

帕妮達小姐，生日快樂！

โอ๊ะ มีของขวัญด้วย

õ mi-khórng-khwán-dùoi

喔，還有禮物耶！

วันนี้วันเกิดคุณใช่ไหมครับ

wan-nĩ-wan-kěrd-khun-chài-mái-khãrb

今天是妳的生日對嗎？

ใช่ค่ะ คุณทราบได้ยังไงคะ

chài-khà khun-sàb-dài-yang-ngai-khã

是啊，你怎麼知道的？

ผมเห็นจากหนังสือเดินทางของคุณครับ

phóm-hén-jăg-náng-séu-dern-thang-khórng-khun-khrãb

我從妳的護照看到的。

เหรอคะ

rér-khã

是嗎？

ขอให้คุณมีความสุขมาก ๆนะครับ

khór-hài-khun-mi-khwam-sŭg-màg-màg-nã-khrãb

祝福妳有滿滿的幸福喔！

ขอบคุณค่ะ แล้ววันเกิดคุณเมื่อไหร่คะ

khŏrb-khun-khà laĕo-wan-kĕrd-khun-meùa-răi-khã

謝謝，那你生日什麼時候呢？

ผมเกิดวันที่ ๑๐ มกราคมครับ

phóm-kĕrd-wan-thì-sĭb-mǎ-kǎ-ra-khom-khrãb

我 1 月 10 號生日。

ยังอีกหลายเดือนนะคะ

yang-ĭg-lái-deuan-nã-khã

還有好幾個月喔！

ครับ วันเกิดผมมีแผนไปเที่ยวเมืองไทยครับ

khrãb wan-kĕrd-phóm-mi-pháen-pai-thìao-meuang-thai-khrãb

是的，生日我計畫去泰國玩。

เดือนมกราคมดิฉันก็จะกลับไทยค่ะ

deuan-må-kå-ra-khom-dĭ-chán-kòr-jă-klăb-thai-khà

1 月我也要回泰國。

ดีจัง ผมจะขอคำแนะนำท่องเที่ยวจากคุณ
ได้ไหมครับ

di-jang phóm-jă-khór-kham-nãe-nam-thòrng-thìao-jăg-khun-dài-mái-khrãb

太好了，我可以請妳給我旅行的建議嗎？

ได้เลยค่ะ

dài-leri-khà

當然可以。

ขอบคุณครับ

khŏrb-khun-khrãb

謝謝。

ยินดีค่ะ

yin-di-khà

很高興。

แล้วค่อยติดต่อกันนะครับ

lãeo-kòri-tĭd-tŏr-kan-nã-khrãb

再聯絡喔！

โอเคค่ะ

ok-khà

好的。

三、延伸學習

（一）年和月份相關用語：

 MP3-092

年和月份相關用語			
單字	簡寫	音標	中文
ปี		pi	年
พุทธศักราช	พ.ศ.	phŭd-thă-săg-kå-rãd	佛曆
คริสต์ศักราช	ค.ศ.	khrìd-săg-kå-rãd	西元
เดือน		deuan	月
มกราคม	ม.ค.	må-kå-ra-khom mõg-kå-ra-khom	1 月

กุมภาพันธ์	ก.พ.	kum-pha-phan	2 月
มีนาคม	มี.ค.	mi-na-khom	3 月
เมษายน	เม.ย.	me-sá-yon	4 月
พฤษภาคม	พ.ค.	phrẽud-så-pha-khom	5 月
มิถุนายน	มิ.ย.	mǐ-thǔ-na-yon	6 月
กรกฎาคม	ก.ค.	kå-rå-kå-da-khom	7 月
สิงหาคม	ส.ค.	síng-há-khom	8 月
กันยายน	ก.ย.	kan-ya-yon	9 月
ตุลาคม	ต.ค.	tǔ-la-khom	10 月
พฤศจิกายน	พ.ย	phrẽud-så-jǐ-ka-yon	11 月
ธันวาคม	ธ.ค.	than-wa-khom	12 月

註：泰語月份的尾聲只要發「คม (khom)」就是大月（31 天），發「ยน (yon)」則為小月（30 天），
　　而有 28 或 29 天的 2 月尾聲是發「พันธ์ (phan)」。

09 บทที่ ๙ ตอนนี้กี่โมง
(bǒd-thì-kào torn-nǐ-kǐ-mong)

現在幾點？

一、暖身實用單字

 MP3-093

暖身實用單字		
單字	音標	中文
นะ	nã	語助詞，有柔和、強調之意
ลูกค้า	lùg-khã	客戶、顧客
พบ	phõb	見、拜訪
ของ	khróng	東西
ฝาก	fág	寄、託
ของฝาก	khórng-fág	伴手禮
ให้	hài	給
เกรงใจ	kreng-jai	客氣、不好意思、過意不去
จัง	jang	好、很…… （形容詞，口語用法）
เล็กน้อย	lẽg-nõri	小、少
พายสับปะรด	pai-sǔb-pǎ-rõd	鳳梨酥

8

9

แวะ	wãe	順帶、停靠
บ่ายสาม	băi-sám	下午 3 點
โมง	mong	點（時間）
ขับ	khăb	駕駛
รถ	rõd	車
ประมาณ	pră-man	大約、大概
ครึ่ง	khrèung	半
ชั่วโมง	chùo-mong	小時、鐘頭
ถึง	théung	到達
รอ	ror	等
ประตู	pră-tu	門

二、本課對話

MP3-094

請看張大偉和「**พนิดา** (phå-nĩ-da)」（帕妮達）兩人在電話中的對話。

ฮัลโหล สวัสดีครับ

han-ló så-wăd-di-khrãb

哈囉！妳好。

ฮัลโหล สวัสดีค่ะ

han-ló så-wăd-di-khà

哈囉！你好。

คุณพนิดานะครับ

khun-phå-nĩ-da-nã-khrãb

是帕妮達小姐嗎？

ใช่ค่ะ

chài-khà

是的。

วันนี้ผมไปพบลูกค้าที่ฮวาเหลียน มีของฝากให้คุณครับ

wan-nĩ-phóm-pai-phõb-lùg-khã-thì-hwa-lían mi-khórng-fãg-hài-khun-khãrb

我今天去花蓮拜訪客戶，有伴手禮要給妳。

เหรอคะ เกรงใจจังค่ะ

rér-khã kreng-jai-jang-khà

是嗎？真不好意思。

ของเล็กน้อยครับ เป็นพายสับปะรดครับ

khórng-lẽg-nõri-khrãb pen-pai-sǔb-pǎ-rõd-khrãb

小東西，是鳳梨酥。

ขอบคุณค่ะ

khǒrb-khun-khà

謝謝。

เดี๋ยวผมแวะเอาไปให้นะครับ

díaw-phóm-wãe-ao-pai-hài-nã-khrãb

等一會兒，我拿過去給妳喔！

คุณจะถึงเมื่อไหร่คะ

khun-jă-théung-meùa-răi-khã

你什麼時候到呢？

ตอนนี้กี่โมงแล้วครับ

ton-nĩ-kĭ-mong-lãeo-khrãb

現在幾點了？

บ่ายสามโมงค่ะ

băi-sam-mong-khà

下午 3 點。

ผมกำลังขับรถอยู่ ประมาณครึ่งชั่วโมงถึงครับ

phóm-kam-lang-khăb-rõd-yŭ pră-man-khrèung-chùo-mong-théung-khrãb

我正在開車，大概半小時到。

คุณถึงแล้วโทรหาดิฉันนะคะ

khun-théung-lãeo-thro-há-dĭ-chán-nã-khã

你到了打給我喔！

ได้ครับ ผมรอที่หน้าประตูนะครับ

dài-khrãb phóm-ror-thì-nà-pră-tu-nã-khrãb

好的，我在門口等喔！

โอเคค่ะ

ok-khà

好的。

เดี๋ยวเจอกันครับ

diáw-jer-kan-khrãb

等一會兒見。

เดี๋ยวเจอกันค่ะ

diáw-jer-kan-khà

等一會兒見。

三、延伸學習

（一）時間相關用語：

MP3-095

時間相關用語			
單字	音標	時段	中文
ชั่วโมง	chùo-mong		小時
นาที	na-thi		分鐘
วินาที	wĩ-na-thi		秒鐘
ครึ่ง	khrèung		半
เช้าตรู่	chão-trŭ	3:00-6:00	清晨
เช้า	chão	6:00-9:00	早晨
สาย	sái	9:00-12:00	午前
เที่ยง	thìang	12:00	中午
บ่าย	bǎi	13:00-16:00	午後
เย็น	yen	16:00-18:00	傍晚
ค่ำ	khàm	18:00-21:00	晚上
ดึก	děug	21:00-24:00	深夜
เที่ยงคืน	thìang-kheun	24:00	午夜

（二）時間用語：

MP3-096

時間用語				
泰文（書面－正式）นาฬิกา (na-lĩ-ka) น.	24 小時制	12 小時制（泰文－口語）	12 小時制（中文）	12 小時制（英文）
0 น.	00:00	เที่ยงคืน (thìang-kheun) /6 ทุ่ม (hŏg-thùm)	午夜 12:00	12:00 midnight
1 น.	01:00	ตี 1 (ti-nĕung)	上午 01:00	01:00AM
2 น.	02:00	ตี 2 (ti-sóng)	上午 02:00	02:00AM
3 น.	03:00	ตี 3 (ti-sám)	上午 03:00	03:00AM
4 น.	04:00	ตี 4 (ti-sĭ)	上午 04:00	04:00AM
5 น.	05:00	ตี 5 (ti-hà)	上午 05:00	05:00AM
6 น.	06:00	6 โมงเช้า (hŏg-mong-chão)	上午 06:00	06:00AM
7 น.	07:00	7 โมงเช้า (jĕd-mong-chão)	上午 07:00	07:00AM
8 น.	08:00	8 โมงเช้า (păed-mong-chão)	上午 08:00	08:00AM
9 น.	09:00	9 โมง (kào-mong)	上午 09:00	09:00AM
10 น.	10:00	10 โมง (sĭb-mong)	上午 10:00	10:00AM
11 น.	11:00	11 โมง (sĭb-ĕd-mong)	上午 11:00	11:00AM

12 น.	12:00	เที่ยง (thìang) / 12 โมง (sĭb-sóng-mong)	中午 12:00	12:00 noon
13 น.	13:00	บ่ายโมง (băi-mong)	下午 01:00	01:00PM
14 น.	14:00	บ่าย 2 โมง (băi-sórng-mong)	下午 02:00	02:00PM
15 น.	15:00	บ่าย 3 โมง (băi-sám-mong)	下午 03:00	03:00PM
16 น.	16:00	บ่าย 4 โมง (băi-sĭ-mong) / 4 โมงเย็น (sĭ-mong-yen)	下午 04:00	04:00PM
17 น.	17:00	5 โมงเย็น (hà-mong-yen)	下午 05:00	05:00PM
18 น.	18:00	6 โมงเย็น (hŏg-mong-yen)	下午 06:00	06:00PM
19 น.	19:00	1 ทุ่ม (nĕung-thùm)	下午 07:00	07:00PM
20 น.	20:00	2 ทุ่ม (sórng-thùm)	下午 08:00	08:00PM
21 น.	21:00	3 ทุ่ม (sám-thùm)	下午 09:00	09:00PM
22 น.	22:00	4 ทุ่ม (sĭ-thùm)	下午 10:00	10:00PM
23 น.	23:00	5 ทุ่ม (hà-thùm)	下午 11:00	11:00PM
24 น.	24:00	เที่ยงคืน (thìang-kheun) / 6 ทุ่ม (hŏg-thùm)	午夜 12:00	12:00 midnight

8

9

10 บทที่ ๑๐ อากาศดี

(bŏd-thì-sĭb a-kăd-di)

天氣好

一、暖身實用單字

MP3-097

暖身實用單字		
單字	音標	中文
ฤดู	rēu-du	季節
ร้อน	rõrn	熱、夏
ฝน	fón	雨
หนาว	náo	冷、冬
และ	lãe	和、與、及、而且
เริ่ม	rèrm	開始
จาก	jăg	從、（離）別
ใบไม้	bai-mãi	樹葉
ผลิ	phlĭ	發芽、開花
ร่วง	rùong	落
ฤดูใบไม้ผลิ	rēu-du-bai-mãi-phlĭ	春季

ฤดูใบไม้ร่วง	rẽu-du-bai-mãi-rùong	秋季
เย็น	yen	冰、涼
ลง	long	下、降
บ้าง	bàng	些許
อากาศ	a-kăd	天氣、空氣、氣象
พยากรณ์	phå-ya-korn	預測
ขี่	khǐ	騎
จักรยาน	jăg-kră-yan	腳踏車
นัด	nãd	約
ชวน	chuon	邀
เพื่อน	pheùan	朋友、伴

二、本課對話

MP3-098

請看張大偉和「**พนิดา** (phå-nĩ-da)」（帕妮達）兩人的對話。

คุณพนิดา เมืองไทยมีกี่ฤดูครับ

khun-phå-nĩ-da meuang-thai-mi-kǐ-rẽu-du-khrãb

帕妮達小姐，泰國有幾個季節？

มีสามฤดูค่ะ ฤดูร้อน ฤดูฝน และฤดูหนาวค่ะ

mi-sam-rẽu-du-khà rẽu-du-rõrn rẽu-du-fón lãe-rẽu-du-náo-khà

有 3 個季節，夏季、雨季和冬季。

ตอนนี้เป็นฤดูอะไรครับ

ton-nĩ-pen-rẽu-du-ǎ-rai-khrãb

現在是什麼季節？

ฤดูฝนค่ะ เริ่มจากเดือนพฤษภาคมถึงเดือนตุลาคมค่ะ

rẽu-du-fón-khà rèrm-jăg-deuan-phrẽud-så-pha-khom-théung-deuan-tŭ-la-khom-khà

是雨季，從 5 月開始到 10 月。

ไต้หวันมีสี่ฤดูครับ ฤดูใบไม้ผลิ ฤดูร้อน ฤดูใบไม้ร่วง และฤดูหนาวครับ

tài-wán-mi-sĭ-rẽu-du-khãrb rẽu-du-bai-mãi-phlĭ rẽu-du-rõrn rẽu-du-bai-mãi-rùong lãe-rẽu-du-náo-khrãb

台灣有 4 個季節，春季、夏季、秋季和冬季。

ช่วงนี้เป็นฤดูอะไรคะ

chùong-nĩ-pen-rẽu-du-ă-rai-khã

這段時間是什麼季節呢？

เป็นช่วงฤดูใบไม้ร่วงครับ

pen-chùong-rẽu-du-bai-mãi-rùong-khrãb

是秋季。

อากาศเริ่มเย็นลงบ้างแล้วนะคะ

a-kăd-rèrm-yen-long-bàng-lãeo-nã-khã

天氣開始有些轉涼了喔！

ใช่ครับ

chài-khrãb

是啊！

พรุ่งนี้อากาศเป็นยังไงบ้างคะ

phùng-nĩ-a-kǎd-pen-yǎng-ngai-bàng-khã

明天天氣怎麼樣呢？

พยากรณ์อากาศบอกว่า พรุ่งนี้อากาศดีครับ

phå-ya-korn-a-kǎd-bŏrg-wà phùng-nĩ-a-kǎd-di-khrãb

氣象預報說，明天天氣好喔！

เราไปขี่จักรยานกันดีไหมคะ

rao-pai-khǐ-jǎg-krǎ-yan-kan-di-mái-khã

我們去騎腳踏車好嗎？

ดีครับ พรุ่งนี้เช้าผมมาหาคุณ

di-khãb phrùng-nĩ-chão-phóm-ma-há-khun

好的，明早我來找妳。

นัดกันหกโมงเช้าดีไหมคะ ดิฉันชวนเพื่อนไปด้วย

nãd-kan-hŏg-mong-chão-di-mái-khã dǐ-chán-chuon-pheùan-pai-dùoi

約早上 6 點好嗎？我邀朋友一起去。

ดีครับ

di-khrãb

好啊！

พรุ่งนี้เช้าเจอกันค่ะ

phrùng-nĩ-chão-jer-kan-khà

明早見。

พรุ่งนี้เช้าเจอกันครับ

phrùng-nĩ-chão-jer-kan-khrãb

明早見。

三、延伸學習

（一）氣象相關用語：

MP3-099

氣象相關用語		
單字	音標	中文
สภาพอากาศ	så-phàb-a-kăd	天氣
พยากรณ์อากาศ	phå-ya-korn-a-kăd	天氣預測
ท้องฟ้าโปร่ง	thõrng-fã-prǒng	晴天
ท้องฟ้ามืดครึ้ม	thõrng-fã-mèud-khrẽum	陰天
ฝนตก	fón-tǒg	降雨、下雨

ฝนตกหนัก	fón-tŏg-năg	豪雨
ฟ้าร้อง	fã-rõrng	打雷
ฟ้าแลบ	fã-làeb	閃電
มีหมอกมาก	mi-mŏrg-màg	大霧
มีเมฆมาก	mi-mèg-màg	多雲
น้ำค้าง	nãm-khãng	露水
ลูกเห็บ	lùg-hĕb	冰雹
หิมะตก	hĭ-mã-tŏg	下雪
มวลอากาศเย็น	muon-a-kăd-yen	寒流
อุณหภูมิ	un-nå-hå-phum	溫度
ร้อน	rõrn	熱
หนาว	náo	冷
หนาวจัด	náo-jăd	寒冷
เย็น	yen	涼
แห้ง	hàeng	乾燥
ชื้น	chẽun	潮濕
พายุฝน	pha-yũ-fón	暴風雨

ไต้ฝุ่น	tài-fùn	颱風
ลมแรง	lom-raeng	強風
แผ่นดินไหว	phǎen-din-wái	地震
คลื่นสึนามิ	khèun-sěu-na-mĩ	海嘯
น้ำท่วม	nãm-thùom	淹水
น้ำป่าไหลหลาก	nãm-pǎ-lái-lǎg	洪水
ดินโคลนถล่ม	din-khlon-thå-lǒm	土石流
ระดับความรุนแรง	rã-dǎb-khwam-run-raeng	強度
เฝ้าระวัง	fào-rã-wang	防範

11 บทที่ ๑๑ ครอบครัวคุณมีกี่คน

(bŏd-thì-sĭb-ĕd khròrb-khruo-khun-mi-kĭ-khon)

你家庭有幾個人？

一、暖身實用單字

MP3-100

暖身實用單字		
單字	音標	中文
ครอบครัว	khròrb-khruo	家庭
คน	khon	人
คนทางบ้าน	khon-thang-bàn	家人
คง	khong	應該、或許、保持
เป็นห่วง	pen-hŭong	擔心
ลูก	lùg	孩子
คนเล็ก	khon-lẽg	老么
คนโต	khon-to	老大（第一個孩子）
พี่น้อง	phì-nõrng	兄弟姊妹
พี่ชาย	phì-chai	哥哥
พี่สาว	phì-sáo	姊姊

น้องชาย	nõrng-chai	弟弟
น้องสาว	nõrng-sáo	妹妹
มหาวิทยาลัย	må-há-wĩd-thå-ya-lai	大學
หมด	mŏd	完、全
เรียนจบ	rain-jŏb	畢業
ทำงาน	tham-ngan	就業、工作
ไม่แน่	mài-nàe	不一定、不確定
งาน	ngan	工作
อาจจะ	ăd-jă	也許
ปริญญาโท	på-rin-ya-tho	研究所、碩士
ขอให้	khór-hài	祝福

二、本課對話

MP3-101

請看張大偉和「**พนิดา** (phå-nĩ-da)」（帕妮達）兩人的對話。

คุณพนิดามาเรียนไต้หวัน คนทางบ้านคงเป็นห่วงนะครับ

khun-phå-nĩ-da-ma-rian-tài-wán khon-thang-bàn-khong-pen-hǔong-nã-khrãb

帕妮達小姐來台灣唸書，家人應該會擔心吧！

ใช่ค่ะ ดิฉันเป็นลูกคนเล็กค่ะ

chài-khà dǐ-chán-pen-lùg-khon-lẽg-khà

是啊！我是老么。

คุณมีพี่น้องกี่คนครับ

khun-mi-phì-nõrng-kǐ-khon-khrãb

妳有幾個兄弟姊妹？

๒ คนค่ะ มีพี่ชาย ๑ คนและพี่สาว ๑ คน แล้วคุณล่ะคะ

sórng-khon-khà mi-phì-chai-nĕung-khon-lãe-phì-sáo-nĕung-khon lãeo-khun-là-khã

兩個，一個哥哥和一個姊姊，那你呢？

ผมมีน้องชาย ๑ คน เรียนมหาวิทยาลัยปี ๒ ครับ

phom-mi-nõrng-chai-nĕung-khon rian-mǎ-há-wĩd-thǎ-ya-lai-pi-sórng-khrãb

我有一個弟弟，唸大學二年級。

พี่ๆของดิฉันมีครอบครัวหมดแล้วค่ะ

phì-phì-khórng-dĭ-chán-mi-khròrb-khruo-mŏd-lãeo-khà

我哥哥姊姊都已經成家了。

คุณเรียนจบแล้วจะกลับไปทำงานที่เมืองไทยใช่ไหมครับ

khun-rian-jŏb-lãeo-jǎ-klǎb-pai-tham-ngan-thì-meuang-thai-chài-mái-khrãb

妳畢業後要回去泰國就業是嗎？

ยังไม่แน่ค่ะ ถ้ามีงานดีที่ไต้หวัน ก็อาจจะทำงานที่นี่ค่ะ

yang-mài-nàe-khà thà-mi-ngan-di-thì-tài-wán kòr-ǎd-jǎ-tham-ngan-thì-nì-khà

不一定，如果台灣有好工作，也可能在這裡就業。

คุณเรียนปริญญาโทใช่ไหมครับ

khun-rian-pǎ-rin-ya-tho-chài-mái-khrãb

妳在唸研究所是嗎？

ใช่ค่ะ ปีหน้าก็จะจบแล้วค่ะ

chài-khà pi-nà-kòr-jă-jŏb-lãeo-khà

是的，明年就要畢業了。

ขอให้ได้งานดีนะครับ

khór-hài-dài-ngan-di-nã-khãb

祝福妳找到好工作。

ขอบคุณค่ะ ถ้ามีงานดีก็ช่วยแนะนำด้วยนะคะ

khórb-khun-khà thà-mi-ngan-di-kòr-chùoi-nãe-nam-dùoi-nã-khã

謝謝，如果有好的工作就幫忙介紹喔！

ได้ครับ

dài-khãb

好的。

三、延伸學習

（一）稱謂相關用語：

MP3-102

稱謂相關用語		
單字	音標	中文
พ่อ	phòr	爸爸
แม่	mèe	媽媽
ปู่	pŭ	爺爺
ย่า	yà	奶奶
ตา	ta	外公
ยาย	yai	外婆
พี่ชาย	phì-chai	哥哥
พี่สาว	phì-sáo	姊姊
น้องชาย	nõrng-chai	弟弟
น้องสาว	nõrng-sáo	妹妹
พี่น้อง	phì-nõrng	兄弟姊妹
ลูกพี่ลูกน้อง	lùg-phì-lùg-nõrng	堂兄弟姊妹
ลูกพี่ลูกน้อง	lùg-phì-lùg-nõrng	表兄弟姊妹
สามี	sá-mi	丈夫

ภรรยา	phan-rå-ya	妻子
ลูก	lùg	孩子
ลูกชาย	lùg-chai	兒子
ลูกสาว	lug-sáo	女兒
ลูกเขย	lùg-khéri	女婿
ลูกสะใภ้	lùg-sǎ-phãi	媳婦
หลาน	lán	孫／外孫／姪／甥
ลุง	lung	伯父／舅父（爸爸或媽媽的哥哥）
ป้าสะใภ้	pà-sǎ-phãi	伯母／舅母
ป้า	pà	姑姑／阿姨（爸爸或媽媽的姊姊）
ลุงเขย	lung-khéri	姑丈／姨丈
อา	a	叔叔／姑姑（小姑）（爸爸的弟弟或妹妹）
อาสะใภ้	a-sǎ-phãi	叔母（嬸）
อาเขย	a-khéri	姑丈（小姑）
น้า	nã	舅舅／阿姨（媽媽的弟弟或妹妹）
น้าสะใภ้	nã-sǎ-phãi	舅媽
น้าเขย	nã-khéri	姨丈

小提示：大致上家族娶進來的成員（媳婦、伯母、舅母、叔母、舅媽等），稱謂後方可加「สะใภ้ (sǎ-phãi)」，家族成員嫁給的對象（女婿、姑丈、姨丈等），稱謂後方可加「เขย (khéri)」。

12 บทที่ ๑๒ ฉันไม่สบาย

(bǒd-thì-sǐb-sórng chán-mài-så-bai)

我不舒服

一、暖身實用單字

MP3-103

暖身實用單字		
單字	音標	中文
เป็นอะไร	pen-ǎ-rai	怎麼了
ทำไม	tham-mai	為什麼
หน้าซีด	nà-sìd	臉色蒼白
ท้องเสีย,ท้องร่วง	thõng-sía, thõng-rùong	腹瀉、拉肚子
ยา	ya	藥
ยาแก้ท้องเสีย	ya-kàe-thõrng-sía	止瀉藥
หาย	hái	（病情）康復、不見
สงสัย	sóng-sái	疑惑、疑似
เป็นพิษ	pen-phĩd	中毒、有毒
อาหารเป็นพิษ	a-hán-pen-phĩd	食物中毒
อาเจียน	a-jian	嘔吐

12

รู้สึก	rũ-sěug	感覺
เป็นไข้, มีไข้	pen-khài, mi-khài	發燒
หมอ	mór	醫生
แถวนี้	tháew-nĩ	這一帶（地區）
โรงพยาบาล	rong-phå-ya-ban	醫院
คลินิก	khlĩ-nĩg	診所
แท็กซี่	tãeg-sì	計程車
รบกวน	rõb-kuon	麻煩、打擾
เรียก	rìag	叫

二、本課對話

MP3-104

請看張大偉和「**พนิดา** (phå-nĩ-da)」（帕妮達）兩人的對話。

คุณจางเป็นอะไรคะ ทำไมหน้าซีดจัง

khun-jang-pen-ǎ-rai-khã tham-mai-nà-sìd-jang

張先生你怎麼了？為什麼臉色那麼蒼白？

ผมท้องเสียครับ กินยาแก้ท้องเสียแล้วแต่ไม่หาย

phóm-thõrng-sía-khrãb kin-ya-kàe-thõrng-sía-lãeo-tǎe-mài-hái

我腹瀉，吃了止瀉藥但沒好。

สงสัยอาหารเป็นพิษ มีอาเจียนไหมคะ

sóng-sái-a-hán-pen-phĩd mi-a-jian-mái-khã

可能是食物中毒，有嘔吐嗎？

ไม่มีครับ แต่รู้สึกมีไข้

mài-mi-khrãb tǎe-rũ-sěug-mi-khài

沒有，但感覺有發燒。

ไปหาหมอดีไหมคะ

pai-há-mór-di-mái-khã

去看醫生好嗎？

ดีครับ แถวนี้มีโรงพยาบาลหรือคลินิกไหมครับ

di-khrãb tháew-nĩ-mi-rong-phå-ya-ban-réu-khlĩ-nĩg-mái-khrãb

好，這一帶有醫院或診所嗎？

มีค่ะ เรียกรถแท๊กซี่ไปดีกว่าค่ะ

mi-khà rìag-rõd-thãeg-sì-pai-di-kwǎ-khà

有，叫計程車去比較好。

ดีครับ รบกวนคุณช่วยเรียกรถให้ด้วยนะครับ

di-khrãb rõb-kuon-khun-chùoi-rìag-rõd-hài-dùoi-nã-khrãb

好啊，麻煩妳幫忙叫車喔！

ได้ค่ะ เดี๋ยวดิฉันไปเป็นเพื่อนคุณค่ะ

dài-khà díaw-dǐ-chán-pai-pen-pheùan-khun-khà

好，一會我陪你去。

ขอบคุณครับ

khórb-khun-khãb

謝謝。

ไม่เป็นไรค่ะ

mài-pen-rai-khà

沒關係的。

三、延伸學習

（一）症狀：

 MP3-105

症狀		
單字	音標	中文
อาการ	a-kan	症狀
เจ็บ, ปวด	jěb, pǔod	疼痛
ปวดหัว	pǔod-húo	頭痛
เวียนหัว	wian-húo	頭暈
เป็นไข้	pen-khài	發燒
ไอ	ai	咳嗽
น้ำมูกไหล	nãm-mùg-lái	流鼻水
คัดจมูก	khǎd-jǎ-mǔg	鼻塞

มีเสมหะ	me-sém-hǎ	有痰
เจ็บคอ	jěb-khor	喉嚨痛
เจ็บในหู	jěb-nai-hú	內耳痛
ปวดท้อง	phǔod-thǒrng	肚子痛
เจ็บกระเพาะ	jěb-krǎ-phǒr	胃痛
ท้องผูก	thǒrng-phǔg	便祕
ท้องเสีย, ท้องร่วง	thǒrng-sía, thǒrng-rùong	腹瀉、拉肚子
อาหารไม่ย่อย	a-hán-mài-yòi	消化不良
ท้องอืด	thǒrng-eǔd	脹氣
เบื่ออาหาร	beǔa-a-hán	食慾不振
เป็นลม	pen-lom	昏倒
เป็นผื่น	pen-phěun	起疹子
เป็นหวัด	pen-wǎd	感冒
ไข้หวัดใหญ่	khài-wǎd-yǎi	流感
อาหารเป็นพิษ	a-hán-pen-phǐd	食物中毒
ภูมิแพ้	phum-phãe	過敏
แพ้ยา	phãe-ya	藥物過敏

| แพ้อาหาร | phãe-a-hán | 食物過敏 |
| แพ้เกสรดอกไม้ | phãe-ke-sórn-dǒg-mãi | 花粉過敏 |

（二）藥品： MP3-106

藥品		
單字	音標	中文
ยาแก้ปวด	ya-kàe-pǔod	止痛藥
ยาแก้คัน	ya-kàe-khan	止癢藥
ยาแก้ท้องเสีย	ya-kàe-thõrng-sía	止瀉藥
ยาแก้ไอ	ya-kàe-ai	止咳藥
ยาขับเสมหะ	ya-khǎb-sém-hǎ	祛痰劑
ยาลดกรด	ya-lõd-krǒd	制酸劑（胃藥）
ยาระบาย	ya-rã-bai	瀉藥（軟便藥）
ยาลดไข้	ya-lõd-khài	退燒藥
ยาแก้อักเสบ	ya-kàe-ǎg-sěb	消炎藥
ยาแก้หวัด	ya-kàe-wǎd	感冒藥
ยาลดความดัน	ya-lõd-khwam-dan	降血壓藥

8

12

ยาขับปัสสาวะ	ya-khăb-păd-sá-wã	利尿劑
ยานอนหลับ	ya-norn-lăb	安眠藥
ให้น้ำเกลือ	hài-nãm-kleua	打點滴
ยาหยอดตา	ya-yŏd-ta	眼藥水
ยาคุมกำเนิด	ya-khum-kam-nĕrd	避孕藥
ยาบำรุง	ya-bam-rung	保養藥品
ยาสมุนไพร	ya-să-mún-phrai	草藥
ยาจีน	ya-jin	中藥
ใบรับรองแพทย์	bai-rãb-rorng-phàed	診斷證明書

ภาคผนวก

phàg-phå-nǔog

附錄

附錄1：泰語的常用語

（一）常用語搭配不同詞性的句型

1. **ไม่** (mài) + 動詞 / 修飾詞　不……

    例句：

    - **ผมไม่ชอบสีดำครับ** (phóm-mài-chòb-sí-dam-khrãb)　我不喜歡黑色。
    - **ส้มตำเอาไม่เผ็ดนะคะ** (sòm-tam-ao-mài-phěd-nã-khã)

        青木瓜沙拉要不辣喔！

2. **ขอ** (khór) + 動詞 / 修飾詞 / 名詞 + **หน่อย** (nǒri)　請（給我）……一下、一些

    例句：

    - **ขอถามหน่อยครับ** (khór-thám-nǒri-khrãb)　請問一下。
    - **ขอช่วยหน่อยค่ะ** (khór-chùoi-nǒri-khà)　請幫忙一下。
    - **ขอทางหน่อยครับ** (khór-thang-nǒri-khrãb)　請給一些路（請借過）。

3. 動詞 / 修飾詞 + **นิดหน่อย** (nǐd-nǒri)　……一點點

    例句：

    - **ฉันกินได้นิดหน่อยเท่านั้น** (chán-kin-dài-nǐd-nǒri-thào-nãn)

        我只能吃一點點。

    - **กาแฟเอาหวานนิดหน่อยค่ะ** (ka-fae-ao-wán-nǐd-nǒri-khà)

        咖啡要一點點甜。

4. 修飾詞 + **ไปหน่อย** (pai-nǒri)　有點……

    例句：

    - **กระเป๋าของคุณหนักไปหน่อย** (krǎ-páo-khórng-khun-nǎg-pai-nǒri)

        你的包包有點重。

5. 動詞 / 修飾詞 + **มาก ๆ** (màg-màg)　多、很……

    例句：

    - **เขาชอบชาไทยมาก ๆ** (kháo-chòrb-cha-thai-màg-màg)

        他很喜歡泰式奶茶。

・เมืองไทยสวยมาก ๆ (meuang-thai-súoi-màg-màg) 泰國很漂亮。

6. 動詞 / 修飾詞 + จริง ๆ (jing-jing) 真的很……

例句：

・เขาซื้อมากจริง ๆ (kháo-sẽu-màg-jing-jing) 他真的買很多。

・เชียงใหม่สวยจริง ๆ (chiang-mǎi-súoi-jing-jing) 清邁真的很美。

7. 動詞 / 修飾詞 + ที่สุด (thì-sǔd) 最……

例句：

・แม่รักลูกที่สุด (màe-rãg-lùg-thì-sǔd) 媽媽最愛孩子。

・ของฝากอย่างไหนดีที่สุด (khórng-fãg-yǎng-nái-di-thì-sǔd) 哪種伴手禮最好？

8. 動詞 / 修飾詞 + ไหม (mái) ……嗎？

例句：

・คุณชอบฉันไหม (khun-chòb-chán-mái) 你喜歡我嗎？

・เสื้อตัวนี้สวยไหม (seùa-tuo-nĩ-súoi-mái) 這件上衣漂亮嗎？

9. 動詞 / 名詞 + อะไร (ǎ-rai) ……什麼？、怎麼？

例句：

・คุณจะกินอะไร (khun-jǎ-kin-ǎ-rai) 你要吃什麼？

・เขาชื่ออะไร (khao-chèu-ǎ-rai) 他叫什麼名字？

10. 動詞 / 名詞 / 修飾詞 + เท่าไหร่ (thào-rǎi) ……多少？

例句：

- เอาสัมภาระขึ้นเครื่องได้เท่าไหร่คะ (ao-sam-pha-rã-khèun-khreùang-dài-thào-rǎi-khà) 可以帶多少行李上飛機？

- คุณอายุเท่าไหร่ (khun-a-yũ-thào-rǎi) 你幾歲？

- คุณสูงเท่าไหร่ (khun-súng-thào-rǎi) 你有多高？

11. 動詞 / 修飾詞 + หรือยัง (réu-yang) ……了嗎？

例句：

- คุณทานข้าวหรือยัง (khun-than-khào-réu-yang) 你吃飯了嗎？

- เขาซื้อพอหรือยัง (khao-sẽu-phor-réu-yang) 他買夠了嗎？

12. 動詞 / 修飾詞 + หรือเปล่า (réu-plǎo) 是否……？

例句：

- เขาจะมาหรือเปล่า (khao-jǎ-ma-réu-plǎo) 他是否要來？

- คุณทำแบบนี้ดีหรือเปล่า (khun-tham-bǎeb-nĭ-di-réu-plǎo)
  你這麼做是否好呢？

13. อย่า (yǎ) + 動詞 / 修飾詞 + นะ (nã) 不要……喔！

例句：

- คุณอย่าทำนะ (khun-yǎ-tham-nã) 你不要做喔！

- อย่านานนะ (yǎ-nan-nã) 不要太久喔！

14. ห้าม (hàm) + 動詞 禁止……

例句：

- ห้ามสูบบุหรี่ (hàm-sǔb-bǔ-rĭ) 禁止吸菸。

- ห้ามเข้า (hàm-khào) 禁止進入。

（二）動詞 (v.) / 名詞 (n.) / 修飾詞 (adv.; adj.)

詞類	泰語單詞	音標	中文
動詞 (v.)	เป็น	pen	會、是、當
	ได้	dài	可以、會
	มี	mi	有
	เอา	ao	要
	ชอบ	chòb	喜歡
	กิน (ทาน)	kin (than)	吃（用）
	ดื่ม	dĕum	喝
	ชิม	chim	嚐
	ไป	pai	去
	มา	ma	來
	ซื้อ	sẽu	買
	ขาย	khái	賣
	หาย	hái	不見（東西）、康復（病情）
	ทำ	tham	做
	ช่วย	chùoi	幫忙
	เข้า	khào	進
	ถาม	thám	問

名詞 (n.)	ชื่อ	chèu	名字、名稱
	ราคา	ra-kha	價錢、價格
	ทาง	thang	道、路
	อาหาร	a-hán	食物、餐、料理
	อายุ	a-yũ	年齡
修飾詞 (adv.; adj.)	ดี	di	好
	สวย	súoi	美麗、漂亮
	หล่อ	lǒr	帥
	นาน	nan	久
	สูง	súng	高
	หนัก	nǎg	重
	เผ็ด	phěd	辣
	หวาน	wán	甜
	รู้, ทราบ	rũ, sàb	知道
	พอ	phor	夠

附錄2：練習單解答

第二章　泰語的子音

練習單二：請按照音域組選填正確的字音。

中音子音 9 個	ก จ ฎ ฏ ด ต บ ป อ
高音子音 11 個	ข ฃ ฉ ถ ฐ ผ ฝ ส ศ ษ ห
雙低音 14 個	ค ฅ ฆ ช ฌ ท ฑ ฒ ธ พ ภ ฟ ซ ฮ
單低音 10 個	ง น ณ ม ย ญ ร ล ฬ ว

第三章　泰語的母音及聲調

練習單三：請填入正確的答案。

1. 泰語有 5 個聲調。
2. 泰語有 4 個聲調符號。
3. 填入泰語聲調符號及拉丁（音調）符號。

聲調	聲調符號	符號名稱	拉丁（音調）符號
第一聲（中音調）	--	--	--
第二聲（低音調）	◌่	ไม้เอก (mãi-ĕg)	ˇ
第三聲（降音調）	◌้	ไม้โท (mãi-tho)	`
第四聲（高音調）	◌๊	ไม้ตรี (mãi-tri)	~
第五聲（升音調）	◌๋	ไม้จัตวา (mãi-jăd-tå-wa)	´

4. 基本調是 音節發出無聲調符號的音 。

5. 填入正確答案，完成聲調變化規則表：

子音詞類	可變化聲調	基本調
中音子音清音詞	5 個聲調	第 一 聲
中音子音濁音詞	4 個聲調	第 二 聲
高音子音清音詞	3 個聲調	第 五 聲
高音子音濁音詞	2 個聲調	第 二 聲
低音子音清音詞	3 個聲調	第 一 聲
低音子音短母音濁音詞	3 個聲調	第 四 聲
低音子音長母音濁音詞	3 個聲調	第 三 聲

6. 什麼是清音詞？

（1）音節的母音為長母音，且無尾音。

（2）音節的母音可能是長母音或短母音，有為清尾音組的尾音（ง、น、ม、ย、ว）。

（3）音節的母音為「◌ำ」、「ใ◌」、「ไ◌」、「เ◌า」4個特殊母音。

7. 什麼是濁音詞？

（1）音節的母音為短母音，且無尾音。

（2）音節的母音可能是長母音或短母音，且有為濁尾音組的尾音（ก、ด、บ）。

第四章　中、高、低音子音與母音拼音的發音練習

練習單四：拼讀練習

MP3-025

請拼讀並寫出「單字 / 詞組 / 句子」音節發音（聲調）的音調（拉丁符號）。

單字 / 詞組 / 句子	音調（拉丁）符號	中文
例：อาสา	-- ´	自願
例：วิธี	~ --	方法、方式
ชาดี	-- --	好茶
ยะลา	~ --	惹拉府（泰國最南邊的府）
ภาษี	-- ´	稅
ตีงู	-- --	打蛇
กะลา	ˇ --	椰子殼
กีฬา	-- --	體育
ยุติ	~ ˇ	停止
จำปี	-- --	玉蘭花
ทะลุ	~ ~	穿透
นาฬิกา	-- ~ --	鐘錶
ซากุระ	-- ˇ ~	櫻花
ราชินี	-- ~ --	王后、女王

ราคาดี	-- -- --	好價錢
มีพายุ	-- -- ˜	有暴風、有狂風
ปีระกา	-- ˜ --	雞年（生肖）
ซาลาเปา	-- -- --	包子
ฝีมือดี	ˊ -- --	好手藝
บิดามีนาฬิกาสีเทา	ˇ -- -- -- ˜ -- ˊ --	父親有灰色鐘錶。
มานะจะมาทาสีศาลา	-- ˜ ˇ -- -- ˊ ˊ --	瑪納要來涼亭刷漆。
อีกาจะตีปูนาสีดำ	-- -- ˇ -- -- -- ˊ --	烏鴉要打黑田蟹。

第五章　中、高、低音子音與母音拼音加聲調的發音練習

練習單五：拼讀練習

MP3-040

請拼讀並寫出「單字 / 詞組 / 句子」音節發音（聲調）的音調（拉丁符號）。

單字 / 詞組 / 句子	音調（拉丁）符號	中文
例：อาสา	-- ˊ	自願
例：วิธี	˜ --	方法、方式
ท้อแท้	˜ ˜	沮喪、退縮
ผ้าดี	ˋ --	好布
ขี้ไก่	ˋ ˇ	雞糞

งูเห่า	-- ˇ	眼鏡蛇
หมีดำ	´ --	黑熊
เชื่อถือ	` ´	信任、信賴
ไปฉี่	-- ˇ	去尿
เมื่อกี้	` `	剛才
ถั่วดำ	ˇ --	黑豆
ทั่วไป	` --	普遍
เนื้อวัว	~ --	牛肉
ชั่วดี	` --	好壞
เก้าปี	` --	九年
ซื้อตั๋ว	~ ´	買票
เสื้อผ้า	` `	衣服
ตะกั่ว	ˇ ˇ	鉛
เสียใจ	´ --	傷心、難過
ทำดีได้ดี	-- -- ` --	行好得好 （好有好報）
เขาไม่ไป	´ ` --	他不去。
แม่ไปซื้อไข่ไก่	` -- ~ ˇ ˇ	媽媽去買雞蛋。
ซื้อเสื้อสีดำห้าตัว	~ ` ´ -- ` --	買五件黑色上衣。

第六章　中、高、低音子音與母音、尾音拼音，加上聲調發音練習

練習單六：拼讀練習

MP3-057

請拼讀並寫出「單字 / 詞組 / 句子」音節發音（聲調）的音調（拉丁符號）。

單字 / 詞組 / 句子	音調（拉丁）符號	中文
例：อาสา	-- ˊ	自願
例：วิธี	˜ --	方法、方式
หมูย่าง	ˊ ˋ	碳烤豬
สะอาด	ˇ ˇ	乾淨
ตากผ้า	ˇ ˋ	曬衣服
คูปอง	-- --	禮券
หมาเห่า	ˊ ˇ	狗叫
ญี่ปุ่น	ˋ ˇ	日本
อาเจียน	-- --	嘔吐
ตอนเช้า	-- ˜	早上
กันแดด	-- ˇ	防曬
น้ำร้อน	˜ ˜	熱水
ทันที	-- --	立刻、立即
รักตัวเอง	˜ -- --	愛自己

ยางพารา	-- -- --	橡膠
นักออกแบบ	˜ ˇ ˇ	設計師
จองห้องพัก	-- ˋ ˜	訂房
ข้าวผัดทะเล	ˋ ˇ ˜ --	海鮮炒飯
แม่รักลูกมาก	ˋ ˜ ˋ ˋ	媽媽很愛孩子。
น้ำขึ้นให้รีบตัก	˜ ˋ ˋ ˋ ˇ	水升趕快舀。 （成語：機不可失）
เขาฝึกพูดภาษาจีน	ˊ ˇ ˋ -- ˊ --	他學習說華語。
ฉันจะไปเมืองไทยห้าวัน	ˊ ˇ -- -- -- ˋ --	我要去泰國五天。
จองโรงแรมหรือยัง	-- -- -- ˊ --	飯店訂了嗎？

第七章：尾音、變化及簡化母音的發音練習

練習單七：拼讀練習

MP3-061

請拼讀並寫出「單字 / 詞組 / 句子」音節發音（聲調）的音調（拉丁符號）。

單字 / 詞組 / 句子	音調（拉丁）符號	中文
例：อาสา	-- ˊ	自願
例：วิธี	˜ --	方法、方式
เดือนหน้า	-- ˋ	下個月
รอเดี๋ยว	-- ˊ	等一下、等一會

รบกวน	˜ --	麻煩
ขอบคุณ	ˊ --	謝謝
ลูกชิ้น	ˋ ˜	肉丸
เลือกตั้ง	ˋ ˋ	選舉
ยี่สิบเอ็ด	ˋ ˇ ˇ	二十一
นกสองตัว	˜ ˊ --	兩隻鳥
อ่านไม่ออก	ˇ ˋ ˇ	看不懂
พูดไม่เป็น	ˋ ˋ --	不會說（講）
เห็นแก่ตัว	ˊ ˇ --	自私
ซื้อแตงโมสามลูก	˜ -- -- ˊ ˋ	買三顆西瓜。
วันนี้วันอะไร	-- ˜ -- ˇ --	今天星期幾？
ทั้งหมดสามพันบาท	˜ ˇ ˊ -- ˇ	總共三千泰銖。
ผมชื่อสมยศ	ˊ ˋ ˊ ˜	我（男）叫宋優。
ยินดีที่ได้รู้จัก	-- -- ˋ ˋ ˜ ˇ	很高興認識你。
ส้มตำไม่ใส่กะปิ	ˋ -- ˋ ˇ ˇ ˇ	青木瓜沙拉不放蝦醬。
ขอข้าวมันไก่หนึ่งจาน	ˊ ˋ -- ˇ ˇ --	請給我一盤海南雞飯。
ฉันทำงานวันละแปดชั่วโมง	ˊ -- -- -- ˜ ˇ ˋ --	我每天工作八個小時。
เขากำลังพูดกับหัวหน้า	ˊ -- -- ˋ ˇ ˊ ˋ	他正在跟主管講話。

ดิฉันไม่สะดวกพูดค่ะ	ˇ ˊ ˋ ˇ ˇˋˋ	我（女）不方便講話。
ลูกค้านัดบ่ายสามโมง	ˋ ˜ ˜ ˇ ˊ --	客戶約下午三點。
เราไปเที่ยวสวนสัตว์กันดีไหม	-- -- ˋ ˊ ˇ -- --ˊ	我們去動物園玩好嗎？

附錄 2

國家圖書館出版品預行編目資料

大家的泰國語 初階 / 李汝玉著
-- 初版 -- 臺北市：瑞蘭國際, 2019.06
288 面；19×26 公分 --（外語學習；56）
ISBN：978-957-8431-95-9（平裝附光碟片）
1. 泰語 2. 讀本

803.758 108004207

外語學習 56

大家的泰國語 初階

作者｜李汝玉
責任編輯｜林珊玉、王愿琦
校對｜李汝玉、林珊玉、王愿琦

泰語錄音｜李汝玉、朱光燦
錄音室｜采漾錄音製作有限公司
封面設計、版型設計、內文排版｜陳如琪
美術插畫｜ KKDRAW

瑞蘭國際出版

董事長｜張暖彗 ・ 社長兼總編輯｜王愿琦
編輯部
副總編輯｜葉仲芸 ・ 副主編｜潘治婷 ・ 文字編輯｜林珊玉、鄧元婷
特約文字編輯｜楊嘉怡
設計部主任｜余佳憓 ・ 美術編輯｜陳如琪
業務部
副理｜楊米琪 ・ 組長｜林湲洵 ・ 專員｜張毓庭

出版社｜瑞蘭國際有限公司 ・ 地址｜台北市大安區安和路一段 104 號 7 樓之一
電話｜ (02)2700-4625・ 傳真｜ (02)2700-4622・ 訂購專線｜ (02)2700-4625
劃撥帳號｜ 19914152 瑞蘭國際有限公司
瑞蘭國際網路書城｜ www.genki-japan.com.tw

法律顧問｜海灣國際法律事務所　呂錦峯律師

總經銷｜聯合發行股份有限公司 ・ 電話｜ (02)2917-8022、2917-8042
傳真｜ (02)2915-6275、2915-7212・ 印刷｜科億印刷股份有限公司
出版日期｜ 2019 年 06 月初版 1 刷 ・ 定價｜ 450 元 ・ISBN ｜ 978-957-8431-95-9